D1771312

அமிர்தம்

'அமிர்தம்' *கிராம ஊழியனில்* 1944ஆம் ஆண்டு தொடராக வெளிவந்தது.

இப்பதிப்பில் உதவிய தஞ்சாவூர் கவிராயருக்கு நன்றி

# அமிர்தம்

## தி. ஜானகிராமன் (1921–1982)

தி. ஜானகிராமன் தஞ்சை மாவட்டம் மன்னார்குடியை அடுத்த தேவங்குடியில் பிறந்தவர். பத்து வருடங்கள் பள்ளியாசிரியராகப் பணியாற்றியவர். பின்பு அகில இந்திய வானொலியில் பணியாற்றி ஓய்வுபெற்றார். கர்நாடக இசை அறிவும் வடமொழிப் புலமையும் பெற்றிருந்தவர்.

1943இல் எழுதத் தொடங்கிய தி. ஜானகிராமன், 'மோக முள்', 'அம்மா வந்தாள்', 'மரப்பசு' உள்ளிட்ட ஒன்பது நாவல்கள், நூற்றுக்கும் மேற்பட்ட சிறுகதைகள், மூன்று நாடகங்கள், பயண நூல்கள் ஆகியவற்றை எழுதினார். சிட்டியுடன் இணைந்து எழுதிய 'நடந்தாய் வாழி காவேரி' பயண இலக்கிய வகையில் முக்கியமான நூலாகக் கருதப்படுகிறது.

'மோக முள்', 'நாலு வேலி நிலம்' ஆகியன திரைப்படமாக்கப் பட்டுள்ளன. 'மோக முள்', 'மரப்பசு', 'அம்மா வந்தாள்' ஆகிய நாவல்களும் பல சிறுகதைகளும் இந்திய, ஐரோப்பிய மொழிகளில் மொழிபெயர்க்கப்பட்டிருக்கின்றன.

1979இல் 'சக்தி வைத்தியம்' சிறுகதைத் தொகுப்பிற்கு சாகித்திய அக்காதெமி விருது வழங்கப்பட்டது.

## ஆசிரியரின் காலச்சுவடு வெளியீடுகள்

*நாவல்*
- மோக முள்
- மலர் மஞ்சம்
- அன்பே ஆரமுதே
- அம்மா வந்தாள்
- உயிர்த்தேன்
- செம்பருத்தி
- மரப்பசு
- நளபாகம்

*சிறுகதை*
- கொட்டு மேளம்
- சிவப்பு ரிக்ஷா
- சிலிர்ப்பு
- தி. ஜானகிராமன் சிறுகதைகள் (முழுத் தொகுப்பு)
- கச்சேரி
- பாயசம்

*குறுநாவல்*
- அடி
- தி. ஜானகிராமன் குறுநாவல்கள் (முழுத் தொகுப்பு)

*கட்டுரை*
- தி. ஜானகிராமன் கட்டுரைகள்

*பயண நூல்*
- நடந்தாய் வாழி காவேரி (சிட்டியுடன்)
- கருங்கடலும் கலைக்கடலும்
- உதய சூரியன்

*வாழ்வியல் சித்திரம்*
- அபூர்வ மனிதர்கள்

தி. ஜானகிராமன்

# அமிர்தம்

காலச்சுவடு பதிப்பகம்

அன்பார்ந்த வாசகருக்கு,
வணக்கம்.

காலச்சுவடு நூலை வாங்கியமைக்கு நன்றி.

நூலின் உள்ளடக்கம், உருவாக்கம், அட்டைப்படம் இன்ன பிற அம்சங்கள் பற்றிய உங்கள் கருத்துகளையும் ஆலோசனைகளையும் காலச்சுவடு வரவேற்கிறது. தகவல், எழுத்து, வாக்கியப் பிழைகள் தென்பட்டால் அவசியம் தெரிவித்து உதவுங்கள். நூல் தயாரிப்பில் கடும் குறைபாடு இருப்பின் மாற்றுப் பிரதி உங்களுக்குக் கிடைக்கக் காலச்சுவடு ஏற்பாடு செய்யும்.

மின்னஞ்சல்: publisher@kalachuvadu.com

காலச்சுவடு நாகர்கோவில் அலுவலகத்திற்குக் கடிதம் அனுப்பலாம்.

தங்கள்
எஸ்.ஆர். சுந்தரம் (கண்ணன்)
பதிப்பாளர் – நிர்வாக இயக்குநர்

அமிர்தம் ❖ நாவல் ❖ ஆசிரியர்: தி.ஜானகிராமன் ❖ © உமா சங்கரி ❖ முதல் பதிப்பு: 1948 ❖ காலச்சுவடு முதல் பதிப்பு: டிசம்பர் 2018, திருத்தப்பட்ட எட்டாம் பதிப்பு: ஆகஸ்ட் 2024 ❖ வெளியீடு: காலச்சுவடு பப்ளிகேஷன்ஸ் (பி) லிட்., 669, கே.பி. சாலை, நாகர்கோவில் 629001

**amirtam** ❖ Novel ❖ Author: Thi. Janakiraman ❖ © Uma Shankari ❖ Language: Tamil ❖ First Edition: 1948 ❖ Kalachuvadu First Edition: December 2018, Revised Eighth Edition: August 2024 ❖ Size: Demy 1 x 8 ❖ Paper: 18.6 kg maplitho ❖ Pages: 176

Published by Kalachuvadu Publications Pvt. Ltd., 669 K.P. Road, Nagercoil 629001, India ❖ Phone: 91-4652-278525 ❖ e-mail: publications @kalachuvadu.com ❖ Printed at Mani Offset, Chennai 600077

ISBN: 978-93-86820-90-7

08/2024/S.No. 858, kcp 5281, 18.6 (8) ass

என்
ஆசிரியன்
அன்பு வடிவன்
அமரன்
கு.ப. ராவுக்கு

# அமிர்தம்

அஸ்தமன வேளையில் கோயிலின் பெரிய மணி கம்பீரமாக முதல் காலத்தில் அடிக்க ஆரம்பித்தது. மகாப் பிரதோஷ காலத்துப் பூஜையைத் தெரிவிக்கும் மணி அது. பிரகாரத்தை வலம் வருவோரின் கூட்டம் கொஞ்சம் கொஞ்சமாகச் சிவ சன்னிதியின் முன் குவிந்துகொண்டிருந்தது. இப்பொழுது பிரகாரத்தில் அந்திக் கும்பல் இல்லை; ஒன்றிரண்டு பேர்கள் எப்பொழுதாவது நடமாடுவார்கள்.

தெற்குப் பிரகாரத்தில் தக்ஷிணாமூர்த்தி ஆச்சரியப்பட்டுக் கொண்டிருந்தார். அவருடைய சன்னிதியில், தன்னுடைய பதினேழாவது நமஸ்காரத்தைப் பண்ணிக் கொண்டிருந்தாள் ஒரு பெண். தனக்குப் பதினேழு நமஸ்காரங்கள் செய்யும் மனுஷ்ய ப்ரகிருதியை எங்கே கண்டிருக்கிறது அந்தத் தெய்வம்? அந்தக் கல் தெய்வத்திற்கு வாயிருந்தால், "இந்தத் தெற்குத்தி அனாதையை இவ்வளவு கௌரவப்படுத்தும் நீ யாரம்மா?" என்று நிச்சயமாக அவளைக் கேட்டிருக்கும். அந்தச் சிலைக்குள் ஹ்ருதயம் இருந்தால், "இவள் ஏன் ஒவ்வொரு நமஸ்காரத்துக்குமிடையே எங்கேயோ திரும்பித் திரும்பிப் பார்க்க வேண்டும்? எந்தத் துர்லப வஸ்துவை இந்தப் பார்வை தேடுகிறது?" என்ற சந்தேகம் ஏற்பட்டிருக்க வேண்டும்.

கோயிலின் புனிதத் தன்மையை, அச்சம் தரும் காம்பீர்யத்தை எடுத்துக்காட்ட எவ்வளவு ஒளி வேண்டுமோ, அவ்வளவு ஒளிதான் இருந்தது மேலே

தொங்கின மின்சார விளக்கில் இந்த மங்கல் ஒளி பட்டு, அவளுடைய புடவை ஜிலுஜிலுத்துக் கொண்டிருந்தது. அந்தப் பொடி வர்ணப் பட்டுப் புடவையையும் அவளையும் பார்த்தால், கருங் கூந்தலில் செருகிய செந்தாழம் பூவின் நினைவு வரும்.

தக்ஷிணாமூர்த்தியின் சந்தேகம் உண்மைதான். அவள் நினைவும் பார்வையும் அங்கு இல்லை. கால்மேல் கால்போட்டு, சின்முத்திரையில் பரதத்வத்தை மௌனமாக விளக்கும் பால குருவின் நினைவு அவளுக்கில்லை. அதற்குப் பதிலாக வேறொரு புருஷோத்தமனை – ஆஜானுபாகுவான தேகம், முழங்காலை எட்டும் சந்தன வர்ணப் பட்டு ஜிப்பா, நெற்றியில் உத்தூளித்திருந்த சிவன் கோயில் விபூதி, சற்றுக் கோணலாக விழுந்திருந்த அம்மன் சன்னிதிக் குங்குமப் பொட்டு – இப்படி ஒரு புருஷோத்தமனைத் தியானித்துக்கொண்டிருந்தாள் அவள்.

அவன் சன்னிதியில் இருந்தான். அவன் வரும்வரையில் பிரகாரத்தில் இருக்க வேண்டும். பார்ப்பவர்களுக்கு சந்தேகமெழாமல் காலத்தைக் கடத்த அவளுக்கு நமஸ்காரம்தான் கருவியாக இருந்தது.

ஆனால் இன்னும் அவன் வரவில்லை. “இன்று எப்படியாவது பேசிவிடவேண்டும் நடுங்கிவிடாமல்...”

“தன் குலங் கோத்ரங்களை அவரிடம் சொல்லிவிடலாமா? வெறுக்கமாட்டாரே?”

“எப்படிப் பேசுவது? அந்த சாந்தமே பயங்கரமாயிருக்கிறது. பிறர் கருத்தை அறியும் ரிஷிக்கு முன் ஒரு பாபி நின்றால் அவன் எப்படி நடுங்காமலிருக்க முடியும்?”

“ஆனால், நான் என்ன பாபியா? என்ன குற்றம் செய்து விட்டேன்? இந்தக் குலத்தில் பிறந்ததுதானே குற்றம்!”

“அவர் நிமிர்ந்து என்னைப் பார்ப்பாரோ? துணிச்சலுக்குப் பெயர் போனது இந்தக் குலம். அதில் பிறந்த எனக்கே பேசத் துணிவு வரவில்லை. அவருக்கு எப்படி வரும்?”

இப்படியெல்லாம் தொடர்பில்லாத எண்ணங்கள். அச்சமும் சந்தேகமும் ஒருபக்கம். அவள் மனம் ஏக்கத்தில் குழம்பிக் கிடந்தது.

கணகணவென்று மூன்றாம் காலத்தில் வேகமாக மணியடிக்க ஆரம்பித்தது. பிரதக்ஷிணம் செய்துகொண்டிருந்த ஓரிரண்டு பேர்களும் அவசர அவசரமாக அடுக்குத் தீபாராதனையைக் காண ஓடினார்கள். கண்கொட்டு நேரத்தில் பிராகாரம்

ஓய்ந்துவிட்டது. இப்பொழுது அவள் மட்டும் அந்திவானத்துச் சுக்ர நக்ஷத்திரம் மாதிரி தனியாக நின்று கொண்டிருந்தாள் அந்தப் பிரம்மாண்டமான பிராகாரத்தில். "இந்த நிர்ஜனமான இடத்தில் அவர் இப்பொழுது வந்தால்..." என்று அவள் ஒரு பெரிய கோட்டை கட்டினாள். ஆனால் மறுகணம் நிராசை கவிந்துவிட்டது. இந்தப் பிரதோஷகாலத்தில் பூஜை வேளையில் சன்னிதியில் நிற்காமல் அவன் பிராகாரத்தையா சுற்றப் போகிறான்? இரண்டு மாதங்களாகத் தெரிந்ததுதானே அது!

நிராசையுடன் அவள் மெதுவாகச் சண்டிகேசன் சன்னிதியை நோக்கி நடந்தாள். அங்கும் ஒரே இருட்டு. எண்ணெய் வற்றிய அகல் விளக்கு இருட்டில் தடுமாறிக் கொண்டிருந்தது. எண்ணெய் ஊற்றி அவள் விளக்கைத் தூண்டிவிட்டாள். விடுதலைச் செய்தியைக் கேட்ட குற்றவாளியின் முகம் மாதிரி, சன்னிதி ஒளியில் மலர்ந்தது.

அவள் நமஸ்காரம் செய்த பொழுது யாரோ கைதட்டும் ஓசை கேட்டது. செவிட்டுத் தெய்வத்தை யாரோ கைதட்டிக் கூப்பிட்டார்கள். அவள் எழுந்து திரும்பிப் பார்த்தாள். என்ன? அவனா? அவன்தான்! எவனுக்காக இந்த இரண்டு மாசமாக ஏங்கிக்கொண்டிருந்தாளோ அவன்தான். நிராசையில் அணைந்துகொண்டிருந்த அவள் மனம் திடீரென்று ஒளி விட்டது. சற்றுமுன் அவள் தூண்டிவிட்ட செவிட்டுத் தெய்வத்தின் குருட்டுத் தீபத்தைப்போல.

வெடவெடத்தது அவள் தேகம். இத்தனை நேரமாகக் கட்டிப் பிடித்திருந்த தைரியம் புகையாய்ப் பறந்துவிடும்போல் தோன்றிற்று.

"ஸ்வாமி!" என்று மெதுவாகக் கூப்பிட்டாள்.

"ஏன்?"—சாதாரணமாகத்தான் அவன் பேசினான். அவளுக்கு என்னமோ உடல் நடுங்கிற்று.

"ஒன்றுமில்லை!" என்று பதில் சொல்லி விட்டாள்.

"கூப்பிட்டாற் போல் இருந்தது. ஏனென்று கேட்டேன். மன்னிக்கவேண்டும்" என்று சொல்லி அவன் நகர்ந்தான்.

இப்பொழுதும் எட்டாமல் போய்விடுமோ அந்த வஸ்து?

அவள் தைரியத்தை வரவழைத்துக்கொண்டு, "நிஜத்தைச் சொல்லி விடுகிறேனே, நான் தான் கூப்பிட்டேன்" என்று பேசி வைத்தாள்.

"ஏன்? நீங்கள் யார்?"

அமிர்தம்

"ஸ்வாமி, இந்தப் பேதைக் கண்களால் எவ்வளவு முடியுமோ அவ்வளவு பேசிவிட்டேன். நீங்கள் புரிந்து கொள்ளவில்லையோ–"

அவன் ஒன்றும் புரியாமல் நின்றான்.

"இரண்டு மாசமாக இந்தக் கண்களால் கெஞ்சி விட்டேன். இப்பொழுது வாய்விட்டுப் பேசத் துணிந்து விட்டது."

"இந்த இரண்டு மாசமாகக் கோயிலுக்கு வந்துகொண்டிருக்கிறேன் – உங்களைக் காண. இந்த விக்கிரகங்கள் என் ஹ்ருதயத்தில் இல்லை. நீங்கள் இருக்கும் போது–"

அவளுக்கு மேலே பேச முடியவில்லை. பேசச் சக்தியும் இல்லை.

அவன் இப்பொழுதுதான் நன்றாக அவளைப் பார்த்தான். காலிலும் கையிலும் செந்தாழையின் பளபளப்பு அமர்ந்திருந்தது. உருண்டைமுகம், நடுவகிட்டின் தொடக்கத்தில் ஒரு சிறு குங்குமப்பொட்டு. புருவங்களுக்கிடையே சற்றுப் பெரிய குங்கும திலகம். அதற்குக் கீழே விபூதி. தளர முடிந்திருந்த சுருட்டைக் கூந்தல் முதுகில் புரண்டு கொண்டிருந்தது. அவள் மேனியில் பட்டு அந்த வைர அணிகள் புல்லரித்துக்கொண்டிருந்தன.

கருத்தோய்ந்து போனான் அவன். ஆனால் ஒரு க்ஷணம் தான். மூன்றாம் காலத்தில் அடித்த கோயில் மணியின் வேகம் திடீரென்று குறைந்தது. தீபாராதனை முடியும் சமயம். ஜனங்கள் பிராகாரத்திற்கு வந்துவிடுவார்கள். உடனே அவன் நகர ஆரம்பித்தான்.

"ஸ்வாமி?"

அவன் திரும்பிப் பார்த்தான்.

"பேசாமல்..?" என்று ஆரம்பித்து அவள் பிராகாரத்தைச் சுற்றி முற்றிப் பார்த்தாள். ஊரான் கண்ணுக்கு – மூன்றாம் மனிதன் கண்ணுக்கு – அவள் கூடப் பயப்பட்டாள். அந்த ஜாதியின் விசேஷ சொத்தான துணிவு அவளுக்கு மட்டும் இல்லை. அவனும் ஊர் கண்ணை நினைத்து மருண்டான்.

"என்ன?" என்றான் அவன்.

ஆபத்துக் காலத்துக்கு ஒரு புத்தி, ஒரு துணை, எங்கிருந்தோ வருகிறது.

"இப்படிப் போய்விடலாம்" என்றாள் அவள். வடக்குக் கோபுரவாசல் இவர்களுக்காகத்தான் அன்று திறந்திருந்ததோ என்னமோ? அவள் விரைந்தாள். அவன் தொடர்ந்தான்.

தி. ஜானகிராமன்

முனிஸிபல் விளக்கு வரிசை இருளோடு இருளாகக் கலந்து விட்டிருந்தது. நன்றாக இருட்டிவிட்ட வானத்தில் மௌன ஒலிகள் கூடிவிட்டன. தெரு முழுவதும் ஒரே அமைதி. ஙீ, ஙீ... என்று சுவர்க்கோழி ஏற்றத் தாழ்வில்லாமல் ரீங்கரித்துக் கொண்டிருந்தது. நடுநடுவே வீட்டு இருட்டுத் திண்ணைகளில் யாரோ பேசினார்கள். அவ்வளவு தான் சத்தமெல்லாம்.

அமிருதம் முன்னால் போய்க் கொண்டிருந்தாள். அவளுக்குப் பேசத் தோன்றவுமில்லை, முடியவுமில்லை. அவன் அருகில் வருகிறான் என்ற பிரக்ஞையே அவளுக்குப் போதும். இன்பத்தின் இறுதி எல்லை மௌனம் தான். அந்த மௌனத்தில் ஒரு பெரிய, கேட்க அசாத்தியமான, ஒரு பேச்சு கேட்கிறது. வாயால் பேச ஆரம்பித்தால் மைக்கறைப்பட்ட துணியைப்போல் ஆகிவிடுகிறது.

இத்தனை சீக்கிரத்தில் அவனோடு தனியாக நடந்து கொண்டிருப்போம் என்று அவள் நினைத்த துண்டா? இரண்டு மாசமாக வளர்ந்து வந்த நிராசை ஒரு க்ஷணத்தில் இருந்த இடம் தெரியவில்லை. அந்த ஒரு கணத்தை, சண்டிகேசன் சன்னிதியில் கழிந்த அந்த வெகு தீர்க்கமாகத் தோன்றும் ஒரு விநாடியை, நினைத்துப் பார்த்தாள். “அமிர்தம், அமிர்தம்” என்று தன்னையே மனத்துக்குள் கர்வத்துடன் கூப்பிட்டுக்கொண்டாள்.

வழி மிகவும் குறைந்துவிட்டது. அமிர்தத்தின் வீடு வந்துவிட்டது. வாசல்படியில் கால் வைத்துக்கொண்டு அவனைத் திரும்பிப் பார்த்தாள்.

“வாருங்கள்!”

“இதுவா உன்..?”

“ஆமாம் இதுதான்?”

“இதுவா!” என்றான் மறுபடியும். பெரிய சந்தேகம் குரலில் தொனித்தது.

“ஏன்?”

“ஒன்றுமில்லை” என்று இழுத்துக்கொண்டே அவன் படிமீதேறினான்.

காம்பவுண்டுக்குள் அந்தக் கும்பிருட்டில் பன்னீர் மரமும் பாரிஜாத மரமும் ஒரு அமர்ந்த வாசனையைக் காற்றில் தூவிக்கொண்டிருந்தன.

“இந்த வீட்டு இருட்டுக் கூட மணக்கிறதே” என்றான் வேடிக்கையாக அவன்:

அவள் சிரித்துக்கொண்டே, “பன்னீர்ப்பூவின் மணம் அது. இருட்டில் மரம் தெரியவில்லை. மணம்தான் தெரிகிறது. அப்படித்தான் உலகமும். இருட்டில் எவ்வளவோ கண்ணுக்குப் படவில்லை. மணத்தினால் அனுமானிக்க வேண்டியிருக்கிறது” என்றாள் அவள்.

தன் புனிதத் தன்மையை அவள் கூடிய மட்டும் சொல்லி விட்டாள்.

“பூ கண்ணில் பட்டால் இன்னும் நன்றாக இருக்குமே.”

“அப்படித்தான் நான் கனவு காண்கிறேன்.”

அவர்கள் உள்ளே சென்றார்கள். வாயில் கதவை மூடவில்லை. ஏன்? உலகம் பார்க்கட்டுமே என்று அவள் துணிந்து விட்டாளோ என்னமோ!

# பட்டாணிச் செப்பு

உள்ளே பெரிய கூடம். கூடத்திற்கு நடுவில் கறுப்புச் சாயம் அடித்த நான்கு கருங்கல்தூண்கள். அவற்றின் நடுவில் ஒரு பெரிய வட்ட மேஜை. சுற்றிலும் நான்கு பேர்கள் உட்காரக்கூடிய ஒரு ஸோபா, இரண்டு நபர்கள் உட்காரும்படி ஒன்று, இரண்டு மூன்று நாற்காலிகள் – இவ்வளவும் காணப்பட்டன. கண் பட்ட இடமெல்லாம் கண்ணாடிகள். சுவரெல்லாம் மின்னும் பளிங்குக் கற்கள் பொறிக்கப்பட்டிருந்தன. கூடத்திற்கு நடுவில் வாசலைப் பார்த்துக்கொண்டு இரு பெரிய ரவிவர்மா ஸரஸ்வதி, லக்ஷ்மி படங்கள் சாய்த்து மாட்டப்பட்டிருந்தன: அந்த இரு சித்திரங்களுக்கும் மத்தியில் நாட்டிய தெய்வமாகிய தில்லை ஈசனின் தந்த விக்கிரகம் இடது காலைத் தூக்கி ஆடிக்கொண்டிருந்தது. இருபக்கத்திலும் வெள்ளிக் குத்து விளக்குகள் நிம்மதியாகச் சுடர் விட்டுக் கொண்டிருந்தன.

"சற்று உட்காருங்கள்!" என்று ஒரு நாற்காலியைக் காட்டிவிட்டு உள்ளே போனாள் அமிர்தம்.

நடேசன் நாற்காலியில் உட்கார்ந்துகொண்டு சுற்று முற்றும் கூடத்தை ஒருமுறை பார்த்தான்.

ரஸபங்கம் ஏற்படாமல் மனிதனால் எவ்வளவு அழகாகச் செய்யமுடியுமோ அவ்வளவு அழகாகச் செய்யப்பட்டிருந்தது கூடம். சுவர்களின் நான்கு பக்கமும் இடைவெளியில்லாமல் உயர்ந்த சித்திரப் படங்கள். முகப்பில் கண்ணாடி வைத்த ஒற்றைக் கதவு பீரோக்கள். அந்தக் கூடம் முழுவதும் சமமாக

ஒரு மங்கிய வெளிச்சம் பரவியிருந்தது. நடுவில் இந்த மின்சார விளக்கிற்குப் பீங்கான் உறை போட்டிருந்ததால்தான் அறை முழுவதும் அந்த மங்கிய ஒளி. அரைத் தூக்கத்தில் உணரப்படும் மந்த நிலைபோல், மதுவின் போதையில் விளையும் மந்த நிலைபோல், பணக்காரர்களின் மந்தநிலை போல் இருந்தது அந்த மங்கல். அதைப் பார்த்தால் ஆடம்பரம், அழகு – இவ்விரு மதுக்களையும் அருந்தி விட்டுச் செயலோய்ந்ததோர் இன்பத்தில் அந்தக் கூடமே படுத்துக் கிடந்ததுபோல் தோன்றிற்று.

“யம்மா” என்று கூப்பிட்டுக் கொண்டே வந்தாள் வேலைக்காரி. நாற்காலியில் யாரோ புதியவர் உட்கார்ந்திருந்ததைப்பார்த்து அவள் ஒன்றும் புரியாமல் விழித்துக் கொண்டே, “யாரு?” என்று கேட்டாள்.

யோசனையில் ஆழ்ந்திருந்த நடேசன் “ம்” என்று தலையை நிமிர்த்தினான்.

“அம்மாவைப் பார்க்கணுமா?”

“ஆமா. நீ யார்?”

“நான் தாங்க இந்த வீட்டு வேலைக்காரி, இல்லாட்டா கேப்பாங்களா?” என்று சிரித்துக் கொண்டே அவள் உள்ளே போனாள்.

“அம்மாவுக்குத் தெரியும்” என்றான் அவன். ஆனால் அவள் காதில் விழவில்லை. காமிரா உள் வரையில் போய் விட்டாள். உள்ளே அமிர்தம் அலமாரியிலிருந்து ஒரு வெள்ளித் தட்டில் பழங்களை எடுத்து வைத்துக்கொண்டிருந்தாள்.

“யம்மா, யாரோ வந்திருக்காங்க அம்மா.”

“ஆமாம்.”

“உங்களுக்குத் தெரியுமா வந்திருக்கிறது?”

“தெரியும்.”

“யாரும்மா! புதுசா இருக்கு?”

“ஏன், உனக்குத் தெரிஞ்சு தான் ஆகவேணுமோ?”

“இல்லீங்கம்மா, எங்கேயோ பார்த்ததுபோலிருக்கு. அதான் கேட்டேன்.”

இதைக் கேட்டதும் அலக்ஷியமாக இருந்த அமிர்தத்தின் முகத்தில் ஆவல் துடித்தது.

“எங்கே பார்த்திருக்கே? உனக்குத் தெரியுமோ?” என்று கேட்டாள்.

“பாத்ததில்லே! ஆனால் பார்த்தாப்போலிருக்கு. தெரிஞ்ச முகமாத் தோணுது. தெருவுலெ போறப்போ கண்டிருக்கேனோ என்னமோ!”

“கோயில்லே பார்த்திருக்கியோ?”

“எங்கே பார்த்திருக்கேனோ! அதான் சொல்றேனே அம்மா, பார்த்தாப் போலியும் இருக்கு, பார்க்காதது போலியும் இருக்குன்னுட்டு!”

“போடி, இவ்வளவுதானா?” என்று பழத் தட்டை எடுத்துக் கொண்டு கூடத்திற்கு வந்தாள் அமிர்தம். அவள் அழைத்து வந்த அந்தப் பிரேம தெய்வத்தின்முன் அந்த முதல் காணிக்கையை வைத்துவிட்டு, “எடுத்துக்கொள்ள வேண்டும்!” என்று கேட்டுக் கொண்டாள்.

“இதெல்லாம் எதற்கு..?” என்று அவன் சங்கோசத்துடன் ஆரம்பிப்பதற்குள், “வேலைக்காரிக்கு எங்கேயோ உங்களைப் பார்த்திருக்கிறாப் போலிருக்கிறதாம்!” என்றாள்.

“என்னையா?”

“ம்...”

“அதற்கென்ன, இரண்டு மாசமாக நான் இந்த ஊரில் தான் இருக்கிறேன். கடை, கண்ணி, கோயில் – இல்லையா, எங்கேயானும் பார்த்திருக்கலாம்.”

“இல்லீங்க, உங்களைப் பார்த்தா – யாரோ போல இருக்கு, நெஞ்சுக்குள்ளே இருக்கு, வர மாட்டேங்குது” என்று வெற்றிலைக் காவி யேறியேறிக் கருமை பாய்ந்து விட்ட பல்லைக் காட்டிக் கொண்டே சொன்னாள் துளசி. அவள் சிரிப்பையும் கண்ணையும் பார்த்ததும் சூதுவாதற்ற பரமார்த்தி என்று தெளிவாகியது அவனுக்கு. சிரித்துக் கொண்டே “எனக்கே அப்படித் தோணுகிறது உண்டு. சில பேரைப் பார்த்தால் பார்த்தாப்போல இருக்கே என்று. அப்படிப் பார்த்தும் இருக்கிறேன். ஒரே முக ஜாடையோடு இரண்டு மூன்று பேர் இருக்கக் கூடாதா என்ன உலகத்தில்?” என்றான்.

“இல்லீங்க, எசமானை –”

“சரிடீ, நீ போ! நல்லா நெனச்சுப் பார்த்தூட்டு நாளெக்கி வந்து சொல்லு –” என்று அமிர்தம் மேலே பேசுவதற்குள், “ஏன், அதனால் என்ன? கேட்டால் என்ன இப்ப?” என்றான் அவன்.

“அதாங்க —” என்று ஆரம்பித்தாள் துளசி.

“நீ போடின்னா. வேலையெல்லாம் முடிஞ்சு போச்சோல்லியோ” என்று தடுத்தாள் அமிர்தம்.

“எல்லாம் அப்பவே முடிஞ்சிரிச்சு அம்மா!”

“பின்னே போ, நாளியாச்சி பாரு.”

வேலைக்காரி நின்று கொண்டிருந்தாள்.

“ஏன் நிக்கிறே?”

“வெத்திலை, அம்மா” என்று இளித்தாள் துளசி. வெற்றிலையைக் கொடுத்துவிட்டு, கீழே உட்கார்ந்து கொண்டே, “காலமே சீக்கிரம் வந்து சேரு” என்று கடைசியாக அவளுக்கு விடை தந்தாள் அமிர்தம்.

“அது ரொம்ப சாது. மகா வெள்ளை. இப்படித்தான் பேசும்” என்று வேலைக்காரி அதிகமாகப் பேசி விட்டாளோ என்ற சந்தேகத்துடன் அவளுக்காக மன்னிப்புக் கேட்கும் பாவனையில் பேசினாள் அமிர்தம்.

“தெரிகிறது, வெகுளிதான். மனசில் ஒண்ணும் வச்சுக்கத் தெரியாது போலிருக்கு” என்றான் நடேசன்.

துளசி காம்பவுண்டின் இருப்புக் கம்பிக் கதவைத் திறந்து மூடும் சத்தம் கேட்டது. ஏதோ நினைத்துக் கொண்டு அமிர்தம் எழுந்து, வாசல் பக்கம் பாதி நடையும் ஓட்டமுமாகப் போனாள்.

“ஏம்மா?”

“இஞ்ச வா! இந்த ஆரஞ்சி பழத்தை உன் குழந்தைகளுக்கு உறிச்சுக் கொடு. இதைப் பாரு. நாளெக்கி ஐயா கிட்டே யாரோ வந்திருந்தாங்க, அப்படி இப்படீன்னுட்டு அசட்டுத்தனமா உளறப்படாது, தெரியுமா?”

“யம்மா, அசடுன்னா அம்மாம் அசடுன்னா நெனச்சிட்டீங்களம்மா? இது இரும்புப் பொட்டி. உள்ள போட்டாப் போட்டது தான் ஒரு சேதியெ. இத்தனை நாளாப் பழகியும் இந்த சாமார்த்யம் கூடவா இல்லே எனக்கு?” என்று தன் திறமை சந்தேகிக்கப் பட்டதை ஆக்ஷேபிக்கும் குரலில் பேசினாள் துளசி.

“தெரியுண்டீ, இருந்தாலும் சொல்லிவச்சேன்” என்று சமாதானம் பண்ணிவிட்டுக் கதவைச் சாத்திக்கொண்டு உள்ளே வந்தாள் அமிர்தம்.

சற்றுமுன், உலகத்தின் முன்னால் துணியப்போவதாக இருந்த அவள் மனம் இப்பொழுது அந்த உலகத்தினிடம் ஒரு

பீதியை அடைந்தது. தான் செய்யப்போவதை அது சரி என்று ஒத்துக்கொள்ளுமோ என ஒரு சிறு சந்தேகம். அதை ஒத்துக் கொள்ளுமாறு செய்துவிடவேண்டும். ஆனால் அதுவரையில்? பயந்துதான் நடக்கவேண்டியிருக்கிறது. அதற்காகத்தன் அவள் வேலைக்காரியை எச்சரிக்கவும் வேண்டியிருந்தது. சற்றுமுன் கதவை வெட்டி மல்லாத்தி விட்டு அவனோடு உள்ளே நுழைந்தவள் இப்பொழுது அதை மூடிவிட்டு வந்ததும் அதே காரணத்தினால்தான்.

துளசி இருட்டோடு இருட்டாகத் தெருவில் நடந்தாள். அவள் மனமும் இருண்டிருந்தது. 'எங்கேயோ பாத்தாப் போலிருக்கே இவுரெ!" என்று அவள் மனம் பாடிக் கொண்டிருந்ததன் காரணம் அந்த இருட்டில் தெரியவில்லை. முடிவில்லாத ஒரு நேர்க்கோடு போல, சுவர்க்கோழியின் "ஙீ" இசை காற்றில் தவழ்ந்துகொண்டிருந்தது. அந்த ஓசையைக் கொண்டு சுவர்க்கோழி உள்ள இடத்தைக் கண்டுபிடிப்பது எவ்வளவு அசாத்தியமோ அதேமாதிரி துளசிக்கு "இவரு யாராட்டமா இருக்காரு?" என்ற கேள்விக்கு விடை காண்பதும் அசாத்தியமாகத்தான் இருந்தது. கடைசியில் அவளுக்கே அலுத்து விட்டது. அந்த நினைப்பையே விட்டு விட்டாள்.

ராஜவீதிச்சதுக்கத்தில் அவள் வந்ததும் 'விர்' என்று போய்க்கொண்டிருந்த ஒரு மோட்டார் திடீரென்று நின்றது.

"ஏ துளசி!"

காரின் அருகில் சென்றாள் துளசி.

யாரோ ஒருவர் தலையை நீட்டி "துளசி, நான் வெளி ஊருக்குப் போகிறேன். அவசரக் காரியம். வர நாலஞ்சு நாளாகும்னு அம்மாட்டச் சொல்லிடு!" என்றார்.

"சொல்றேன், இப்பவே சொல்லிடறேன். அவசரமாக வெளியூருக்குப் போறீங்க, வர நாலஞ்சு நாளாகும்னுட்டு சொல்லட்டுங்களா?"

"ஆமாம்!"

கார் நகர்ந்தது. துளசி வந்த வழியே திரும்பினாள்.

அமிர்தம் அவன் காலருகில் விரிப்பின்மீது உட்கார்ந்து ஆரஞ்சுப்பழத்தை உறித்துக்கொடுத்துக்கொண்டிருந்தாள். ஆனால் சுளையைத் தின்னாமல் அவன் ஏதோ சிந்தித்துக் கொண்டிருந்தான்.

அவன் சங்கோசத்தினால் தாராளமாகக்கூட உட்கார வில்லை. நாற்காலியின் நுனியில் பட்டதும் படாததுமாக மேல்

இருப்பதுபோல் ஒட்டிக் கொண்டிருந்தான். கை, கால் – எல்லா அங்கங்களும் அந்தப் புது அனுபவத்தின் நாணம் பட்டுக் குன்றிக்கொண்டிருந்தன.

“நாற்காலியில் ஆர அமர உட்காருங்களேன். புருஷர்களெல் லாம் இப்படி சங்கோசப்பட்டால்?” என்று அமிர்தம் அவனுடைய சங்கோசத்தை நீக்க முயன்றாள்.

“சங்கோசம் என்ன ஒன்றுமில்லையே!” என்று நாற்காலியில் சற்று உள்ளே நகர்ந்துகொண்டான்.

“எனக்கு வால்மீகியில் ஒரு இடம் நினைவுக்கு வருகிறது. ராவணனைப் பார்த்ததும் ‘என்ன கம்பீரமாக உட்கார்ந்திருக்கிறான்!’ என்று ஹனுமான் அவன் உட்கார்ந்திருந்ததை மனதிற்குள் சிலாகித்துக்கொள்கிறான் ...

“அப்படியானால் நான்–” என்று நடேசன் ஆரம்பித்தான் புன்சிரிப்புடன்.

“அவனுடன் ஒப்பிடவில்லை உங்களை. நீங்கள் நாற்காலியின் நுனியி லல்லவா உட்கார்ந்திருக்கிறீர்கள்? நீங்கள் நன்றாக உட்கார்ந்தாலும் நான் உங்களை அவனுக்கு ஒப்பிடப் போவதில்லை. ஏதோ ஞாபகம் வந்தது. சொன்னேன்.”

“ஸம்ஸ்க்ருதம் தெரியுமோ?”

“ஏதோ கொஞ்சம் பழக்கம்–சரி, ஏன் சுளையைத் தின்னாமல் கையிலேயே வைத்துக்கொண்டிருக்கிறீர்கள்?”

நடேசன் சுளையை வாயில்போட்டுக்கொண்டு “ஒன்றுமில்லை. காம்பவுண்டிற்குள் வரும்போது என்னமோ புதிர் போட்டாயே, அது எனக்குப் புரியவில்லை. அப்பொழுது என்னமோ பதில் சொன்னேனே ஒழிய, எனக்குப் புரியவில்லை சரியாக” என்றான்.

“புதிர் என்ன? இருட்டுக்கூட மணக்கிறதே என்றீர்கள். மரத்தில் பூத்த பூவின்மணம் தான் அது, ஆனால் மரம் தெரிய வில்லை. அதேமாதிரி உலகத்திலும் எவ்வளவோ பேர்கள் உண்டு. நான் இந்தக் குலத்தில் பிறந்ததுதான் நான் செய்த தப்பு. என் அந்தரங்கம் பரிசுத்தமானது என்றால், உலகம் ஒத்துக்கொள்ள வேண்டுமே, அந்தக் கவலையில் தான் சொன்னேன்.”

அவள் மனப்பூர்வமாகத் தன் தாபத்தை எடுத்துச் சொன்னாள் என்பது அவள் குரலின் ஆழத்திலேயே தெரிந்தது. அவன் கனிவுடன் அவளை நோக்கினான்:

"அம்மா, அம்மா!" என்று அப்பொழுது யாரோ கதவைத் தட்டும் சத்தம் கேட்டது. அமிர்தம் எழுந்துபோய்க் கதவைத் திறந்தாள். அங்கு நின்றாள் துளசி.

"ஏண்டீ?"

"சதுக்கத்துக்கிட்ட போயிட்டிருந்தேன். ஐயா காரில் போயிட்டிருந்தாங்க. காரை நிறுத்திக்கிட்டு என்னை கூப்பிட்டாங்க. ஏன்னு கிட்டப்போனேன். 'அவசரமா வெளியூருக்குப் போறேன், வர நாலஞ்சி நாளாகும்னு சொல்லு அம்மாகிட்டே'ன்னு சொன்னாங்க. சரின்னுட்டு வந்தேன்" என்றாள் துளசி.

'சரி' என்று அவளை அனுப்பிவிட்டு உள்ளே வந்தாள் அமிர்தம். இந்தச் செய்தியைக் கேட்டதும் அவளுக்குச் சற்று மகிழ்ச்சியாகக்கூட இருந்தது. அது நியாயமா அநியாயமா என்பது வேறு கேள்வி. அந்தச் சமயத்தில் அவள் மகிழ்ச்சியுடன் அந்தச் செய்தியை வரவேற்றாள் என்பது என்னமோ உண்மை. வேறு விதமாக எப்படி இருக்கமுடியும்?

அவள் உள்ளே வந்தபோது அந்தச் சங்கீதகடியாரம் இனிமையாக எட்டரை அடித்தது.

திடுக்கிட்டு எழுந்தான் நடேசன் – "என்ன?"

"எட்டு மணிக்கே நான் போயிருக்கவேண்டும்; ரொம்ப நேரமாய்விட்டது."

அமிர்தத்தின் முகத்தில் ஏமாற்றம் தட்டிற்று.

"போய்த்தான் ஆகணுமா? அவசரமோ?" என்று தீனமாகக் கேட்டாள்.

"ஆமாம்."

"வந்து பதினைந்து நிமிஷம் கூட உட்காரவில்லையே!"

"என்ன செய்கிறது? நான் எட்டு மணிக்கே வீட்டில் இருக்க வேண்டும். பேச்சில் மறந்துபோய் விட்டது."

"அப்போ ..."

"நாளைக்கு வருகிறேன்" என்று அவசரமாக எழுந்து வெளியே போனான். அந்தக் கூடம் முழுவதும் சூன்யமாகப்பட்டது அவளுக்கு. நான்காம் பிறைச் சந்திரன் சிறிது நேரம் நிலவைக் காட்டிவிட்டு உலகை இருளில் ஆழ்த்தி மறைவதுபோலிருந்தது.

அவள் எவ்வளவோ சொல்ல வேண்டுமென்று கோட்டையெல்லாம் கட்டியிருந்தாள். தன் கருத்துக்களை, தன்

பிரேமையைச் சொல்ல ஒரு பகல் இரவு போதுமா என்றும் அவள் ஐயப்பட்டதுண்டு. ஆனால் அவன் காலடியில் கழித்த அரைமணி நேரமும் மௌனத்திலேயே கழிந்துவிட்டது. காதலைப்பற்றிய நினைவே இப்படித்தான். தனிமை எழுப்பிய காவற்சுவர்களுக்கிடையே நின்றுகொண்டு உங்கள் காதலியுடன் எவ்வளவோ பேச வேண்டுமென்று கல்பனை செய்கிறீர்கள். அந்த நினைவுகள் அகண்டமாக ஒரு பெரிய உலகம் மாதிரி உங்களுக்குத் தோன்றுகிறது. ஆனால் உங்கள் காதலியுடன் நேருக்கு நேராக நிற்கும் பொழுது அந்த நினைவுகள் எங்கே? சூடம் மாதிரி காற்றில் கலந்து விட்டனவா? பட்டாணிச் செப்பு பார்வைக்குப் பெரிதாகத்தான் இருக்கிறது. ஆனால் அளந்து கொட்டினால் அரைப்பிடி கடலை விழுமா? அதே மாதிரிதான் காதல் பேச்சைப் பற்றி நீங்கள் தீட்டும் கல்பனைகளும்.

அமிர்தத்திற்கு அந்த இன்பத்தில் அவன் எங்கே வசிக்கிறான் என்பதைக்கூடக் கேட்க மறந்து விட்டோம் என்று பிறகு தெரிந்தது. ஆனால் மறுநாள் வருவதாகச் சொல்லித்தானே போனான்! அது ஒரு ஆறுதலாக இருந்தது.

# குஜலம்

அபேதவாதம், அபேதவாதம் என்று நாம் எவ்வளவு கத்தினாலும் இயற்கைமட்டும் கேட்கப் போவதில்லை. ஒரே மண்ணில் அது ஊமத்தஞ் செடியையும் மல்லிகைச் செடியையும் செழிக்கவிடுகிறது. அருகில் மல்லிகைச் செடியைத் தடவிக்கொடுக்கும் குழந்தைகள் "தம்பி, அதைத் தொடாதே. அது ஊமத்தஞ் செடி, பைத்தியம் பிடிச்சுடும்" என்று ஒன்றுக்கொன்று பயமுறுத்திக் கொள்கின்றன. மனித வர்க்கத்தையும் அப்படித்தான் செய்திருக்கிறது இயற்கை. அழகையும் கோரத்தையும் அக்கம்பக்கத்தில் படைப்பானேன்?

அந்தத் தெருவில் பெரிது பெரிதாகப் பத்துப் பதினைந்து வீடுகள்தான். பங்களாக்கள் என்று கௌரவமாகச் சொல்லலாம். வசிக்கிறவர்கள் "குல" தாசிகள். ஒவ்வொருவரிடமும் ஒவ்வொரு தினுசான அழகு இருக்கிறது. இந்த அழகு அந்தப் பங்களாக்களில் வாசம் செய்யும் யோக்கிதையை அவர்களுக்கு அளித்திருக்கிறது. எப்பொழுது பார்த்தாலும் கார் நடமாட்டம்; பெரியபண்ணைகளின் பளபளக்கும் குதிரை வண்டிகளின் ஓட்டம். முடிவாக, 'குல'த் தொழிலைக் கண்யமான முறையில் நடத்தும் உயர்ந்த தாசிகள்.

திகட்டிப்போன ஒரு உலகமொழி நினைவுக்கு வருகிறது. "விஷம் கடுகளவு தின்றால் என்ன, கையளவு தின்றால் என்ன, விஷம்தானே!" என்று கேலி பண்ணிப் பண்ணி அலுத்து விட்டது. ஆனால் இதன் உண்மையை மேலே சொன்ன 'குல' தாசிகள்

ஒத்துக்கொள்ளவில்லை. கடுகளவுதானே விஷம் உண்கிறோம் என்று பெருமையுடன் சொல்லிக் கொள்கிறார்கள். பிடிப்பிடியாக விஷயத்தை விழுங்கும் அடுத்த தெருக் கும்பலை மனதில் வைத்துக்கொண்டுதான் இப்படிச் சொல்கிறது இந்த உயர்ந்த தாசி மண்டலம். கோயிலுக்குப் போக அடுத்த தெருதான் சுருக்கு வழி. ஆனால் அப்படிப் போவதில்லை இவர்கள். மயிரைப் பழிக்கும் கருமேனியை மறைக்க முடியாமல் தலையில் பந்து பந்தாக வெள்ளைப் பூ, வெள்ளைப் புடவை ரவிக்கை – இந்த மோக வெளிச்சத்தால், இருட்டில் தங்களை உலகிற்கு அறிமுகப்படுத்திக்கொண்டு, வாசற் படியிலும் திண்ணையிலும் நிற்பவர்களைக் கண்டால் இவர்களுக்கு விஷமாக இருக்கிறது. அந்தச் சியாம சுந்தரிகளின் மருக்கொழுந்து மணத்தைப் பொறுத்துக்கொண்டு, இந்த மல்லிகைப் பந்து எப்படி அந்தத் தெரு வழியாகக் கோயிலுக்குப் போகும்?

இந்த மேல் குலத்தைச் சேர்ந்தவள் குஜலாம்பாள். மேல் குலத்திலும் முதன்மை பெற்றவள். அந்த முதன்மைக்கு அழகு, சந்தனக்கட்டை வர்ணம், கடைந்தெடுத்த தேகம் – எல்லாம் பொறுப்பேற்றுக் கொண்டிருந்தன. ரொம்ப புத்திசாலி யல்ல; ஆனால் அந்தக்குறை அவள் அழகில் மறைந்துவிட்டது. அதை மன்னித்து விட்டார்கள் அவள் காலடியில் கிடந்த இரண்டு மூன்று ஆயிரம் வேலிகாரர்களும், சங்கீத சிம்மங்களும், தங்கள் உடல், பெட்டி, சாவிகளை அவள் காலடியில் சமர்ப்பித்திருந்தவர்கள் அவர்கள்.

குஜலத்திற்குப் பிறந்த ஏழு குழந்தைகளும், கர்ப்பத்திலேயே வெறுப்பைத் தின்று வளர்ந்தனவோ என்னவோ, நுணாப்பூவின் மணம்போலப் பிறந்த கணமே பறந்து போய் விட்டன. எட்டாவது குழந்தையாக அமிர்தம் பிறந்தாள், ஆனால் அந்தக் குழந்தைகளைப்போல அன்னையைக் கலங்கச் செய்யவில்லை.

குஜலத்திற்கு வயது ஆகிக்கொண்டிருந்தது. உடல் கறுப்பு தோய்ந்து விட்டது. காலம் கடந்தது. நெருங்கி நெருங்கிச் சுற்றிய வண்டுகள் ஒரே மூச்சில் விலகி அப்பால் போய்விட்டன. குல தீபம் மங்கிக்கொண்டிருந்தது. அணைந்து விடுமோ என்ற ஏக்கம்கூட வந்துவிட்டது குஜலத்திற்கு. அமிர்தம் பிறந்தாள். பிறந்தது மட்டும் இல்லை. ஒன்று, இரண்டு, மூன்று .... பன்னிரண்டு வயதைக் கடந்து விட்டாள். குஜலத்திற்கு உயிர் வந்தது. வயதுச் சுடல் தட்டி, மங்கி அவியும் குலதீபத்தை, இந்தத் தீண்டுகோலால் நெருடிப் பெரிதாக்கலாம் என்று அவள் விடுதலைப் பெருமூச்சு விட்டாள்.

"இப்படி ஒரு தொழில்! இதை நடத்த ஒரு குலம்! இப்படி ஒரு வியவஸ்தையை யார் ஸ்தாபித்தார்கள்? இதற்குப் பரம்பரை தர்மம் என்று யார் பெயரிட்டார்கள்?" இந்த ஆக்ஷேப வாதங்களைப்பற்றிக் குஜலம் நினைக்கவே இல்லை. அவளுக்குத் திடமான நம்பிக்கை இருந்தது. அது குலத்தொழில் என்பதைக் குரங்குப்பிடியாகப் பிடித்துக்கொண்டிருந்தாள்.

நாலைந்து வீடுகளுக் கப்பால் உள்ள மிருதங்கம் – ராஜுப்பிள்ளை ஒரு பெரிய சங்கம் ஏற்படுத்தியிருந்தார். அந்தக் குலத் தொழிலைக் குலைப்பதுவே அதன் நோக்கம். அந்த ஜாதிப் பெண்களைப் பள்ளிக்கூடத்தில் சேர்த்து, தாலியைக் கட்டுவித்து, குல பத்தினிகளாக்க முனைந்து கொண்டிருந்தார் ராஜுப் பிள்ளை. வாரத்திற்கு வாரம் கூட்டம், பேச்சு, இன்னும் என்னென்னமோ நடந்தன. ஆனால் அவர் பேச்செல்லாம் குஜலத்தினிடம் சாயவில்லை. "குலதர்ம"த்தைக் குப்பையில் கவிழ்த்துக் கௌரவம் தேட அவளுக்கு விருப்பமே இல்லை. மன்றாடினார் ராஜுப் பிள்ளை; சலிக்காமல் பேசினார். குஜலத்திற்கு ஆத்திரம் பொங்கிக் கொண்டு வந்தது. "எனக்கு என்ன நாலு, அஞ்சுன்னு பெண் இருக்கா? ரெண்டுக்குத் தாலியைக் கட்டிவிட்டு, ரெண்டுக்குப் பொட்டு கட்ட? இருக்கிறது ஒண்ணுன்னு உனக்குத் தெரிஞ்சிருக்குதல்ல?" என்று ஆரம்பித்து அவரைத் தட்டிக் கழித்து விட்டாள். அதற்குப் பிறகு அவளுடைய தர்மத்தின் போக்கில் அவர் குறுக்கிடவில்லை.

பருவமும் பணமும் போட்டி போட்டு அமிர்தத்தின் மேனிக்கு மெருகிழைத்தன. தாழங் குருத்துப்போல அவளது பொலிவு மணம் வீசிற்று. சமஸ்கிருத பண்டிதரும் சங்கீத வித்வானும் அவளுக்குக் கலை ஊட்டி வந்தார்கள்.

கோயில், கடைத்தெரு – இப்படிக் கண்கள் நிறைந்த இடங்களுக்கெல்லாம் அமிர்தத்தை அழைத்துப் போவது குஜலத்தின் வழக்கமாகி விட்டது. வாதாங் கொட்டைக் கண்ணை அகட்டி அகட்டி, கூர்ந்த உதட்டை உயர்த்தி உயர்த்தி, உலகத்தைப் பார்த்துப் பார்த்து வியந்து கொண்டிருந்தாள். உலகமும் அவளைக் கண்டு பிரமிப்புடன் நின்று பார்த்துவிட்டுப் போயிற்று.

அமிர்தத்தின் பருவம் உதயமாவதற்கு இரண்டு பேர் காத்துக் கொண்டிருந்தார்கள். முதலாவதாக, குல தீபத்தைத் தூண்டத் துடித்துக்கொண்டிருந்த குஜலாம்பாள். இரண்டாவதாக, பணத்தைப் பெட்டி பெட்டியாக வைத்துக்கொண்டிருந்த பெரிய பண்ணைக்காரர்களில் இரண்டு மூன்று பேர். காத்திராத ஜீவனும்

ஒன்று இருந்தது. அதுதான் அமிர்தம். அவள் அதை எதிர்பார்க்க வில்லை. அவளுக்குத் தோன்றவுமில்லை. நேரமுமில்லை. மாடியில் சுவரோரமாகப் போட்டிருந்த மூன்றுகால் கருங்காலி மேஜையின் முன் உட்கார்ந்து ரகுவம்சத்தைப் புரட்டிக் கொண்டிருந்தாள். தோழிகள் கிடையாது. இரைந்து ராகம் போட்டு வாசித்துக் கொண்டிருப்பாள்.

அந்தத் தனிமையில் அவளைக் கண்ணுற்றால், விளையாட ஜோடியில்லாமல் மூலையில் ஒன்றியாக, கட்டைப் பலகை, மரப்பாச்சிகளுடன் பேசும் ஒற்றைக் குழந்தையின் நினைவுதான் வரும். புஸ்தகம் அலுத்துவிட்டால், வீணையை மடியில் போட்டுக் கொண்டு கொஞ்சுவாள். இல்லாவிடில், கரடி, மனிதன், முதலை – இப்படி நிமிஷத்திற் கொருமுறை உரு மாறும் வெண்மேகத்தை அளந்து கொண்டிருப்பாள். காம்பவுண்டில் தக்காளி, துளசிக் கன்றுகள் புதிதுபுதிதாகத் துளிர்விடுவதைக் கண்டு வியந்து அவற்றை அணைத்துக்கொண்டிருப்பாள்.

அவளுக்குப் பதினாறு வயது முடிந்துவிட்டது. நன்றாக உயர்ந்துவிட்டாள். கடைந்துவிட்ட ஒற்றை நாடியான தோற்றம். சிங்கத்தின் குழந்தை வயிறுபோல், சைத்திரீகன் வேகமாக இழுத்த வளைவைப்போல் இடுப்பு வளைந்திருந்தது. அடிவானத்து நீலமலை முதுகைப்போல, கேசங்கள் அலைபடிந்து நீண்டுகிடந்தன. நெற்றியில் தொங்கிய சுருட்டை சேர்ந்துவிட்டது. ஒன்றிரண்டு மட்டும் அடிக்கடி விழுந்து கண்ணைத் தடவும் அடம் செய்யும் குழந்தையைப்போல. கோபச் சிரிப்புடன் அவள் அவற்றை ஒதுக்கிவிடுவாள். மிதக்கும் நீலத் திராக்ஷை விழிகள் சுற்றியிருந்த பாலுக்கு லேசான நீலம் பாய்ச்சின. மாம்பழக் கன்னத்தில் ஒரு மச்சம். சின்னஞ்சிறு சிற்றுளியால் இயற்கை வெகு ஜாக்கிரதையாக மேல் உதட்டைச் செதுக்கியிருந்தது. குவிந்து கூர்ந்திருந்தது அந்த உதடு. பவழ மல்லிகைக் காம்பின் செவ்வொளியை ஏந்தும் இதழ்களைப் புன்சிரிப்பு பருவச் செருக்கில் லேசாகப் பிரித்துவிடும். பெண் புலியின் நடையுடன் மௌனமாக நடமாடுவாள். பவழமல்லி நகை பூத்தவாறு யௌவனக் கோயிலின் உணர்ச்சி வாயிலில் வந்து நின்று அமிர்தம் நாணத்தில் நெளிந்து கொடுத்தாள்.

பணப்பையைக் கையில் எடுத்துக்கொண்டு மனுஷ்ய சாதகங்கள் வேட்கையுடன் காத்துக்கொண்டிருந்தன. கருமேகம் அடி வானத்தில் தென்பட்டது. கண்ணெறிந்து பார்த்தார்கள். ஊர்ந்து ஊர்ந்து தலைக்கு மேலே வந்தது. கீழே உதிரவில்லை. போய்க் கொண்டே யிருந்தது.

கொஞ்ச நாளாக வீட்டில் ஒரு பரபரப்பு. புதிது புதிதாக யாராரோ வருகிறார்கள். அம்மாவுடன் பேசுகிறார்கள். திரும்பிப் போகிறார்கள். அமிர்தம் மாடியில் நின்று பார்க்கிறாள். வாசலில் நிற்கும் காரில் ஏறுமுன், வருகிறவர்கள் சிலர் மாடிப்பக்கம் கண்களைத் திருப்பித் தேடி விட்டு ஏறுவது தெருவிளக்கின் வெளிச்சத்தில் நன்றாகத் தெரிகிறது. முதலில் ஒன்றும் புரியாத அமிர்தத்திற்குப் பருவமும் புத்தியும் புதிரை அவிழ்த்துக் கொடுத்தன. கண்ணில் கவலையின் படலம் பரவிற்று.

இருட்டிவிட்டது. அமிர்தம் மாடியில் சாகுந்தலத்தைப் படித்துக் கொண்டிருந்தாள். பிரியம்வதை துஷ்யந்தனுக்குச் சகுந்தலையின் பிறப்பு வளர்ப்புக் கதையைச் சொல்லுமிடத்தில், தனக்கும் சகுந்தலைக்கும் ஏதோ ஒரு ஒற்றுமையிருந்ததுபோல அவளுக்குப் பட்டது. சகுந்தலை அப்ஸரஸ் – மேனகை என்ற தேவ தாஸியின் பெண்; தான் – அமிர்தம், குஜலம் என்ற மனுஷ்ய தாசியின் பெண். சகுந்தலை கண்வ மகரிஷியால் எடுத்து வளர்க்கப்பட்ட ஸம்ஸ்காரத்தால் துஷ்யந்தனுடைய காதலியாக ஆகும் நிலைமையை அடைந்தாள். தான் தாசி குலத்திலேயே வளர்ந்து விட்டதால் தாசியாகத்தான் ஆகவேண்டுமா? துஷ்யந்தனைப்போல் ஒரு காதலன் தனக்கும் ஏன் வரக்கூடாது? தானும் ஏன் அந்த ஒரு புருஷனின் அன்பில் ஆழ்ந்து, அன்பைக் கொடுத்து வாழ்க்கையை நடத்தக் கூடாது?

இந்தமாதிரி அவள் எண்ணங்கள் ஓடிக்கொண்டிருந்தபோது, கீழேயிருந்து தாயார் சத்தம் போட்டாள்.

"அமூ!"

"ஏன்?"

"வந்தவாளைக் கவனிக்காமெ, சும்மா என்ன புத்தகம்?"

அமிர்தம் கீழே ஓடிவந்தாள். நாற்காலியில் யாரோ புதியவர் உட்கார்ந்திருந்தார். நாற்பது வயதிருக்கும். மாநிறம். வெட்டிவேர் அத்தர் கமழ்ந்து கொண்டிருந்தது.

"அமிர்தம் காலேஜ் வாத்தியாராகப் போவுது – ஆமானே?" என்று சங்கோசத்தால் வளையும் பெண்ணைப் பார்த்து சிரித்தாள் குஜலம். வந்திருந்தவரும் லேசாகச் சிரித்தார்.

"போ, போய் வீணையை எடுத்து வச்சுக்கிட்டு, ரெண்டு கீர்த்தனம் பாடு!" என்றாள் தாயார்.

சாதகங்களெல்லாம் ஏமாந்துவிட்டன. மேகம் எங்கேயோ பொழிந்துவிட்டது, மறுநாள் குஜலத்தின் கஜானா நிரம்பிவிட்டது.

சபேச முதலியாரின் லக்ஷங்களில் ஒரு முக்கால் லக்ஷம் குஜலத்தின் வீட்டுக்கு வந்து சேர்ந்தது. பட்டாச்சாரியாரைக் கூப்பிட்டு அமிர்தத்தின் ஜாதகத்தைக் காண்பித்தாள். அவர் அரங்கிற்கு நாள் பார்த்துச் சொல்லிவிட்டு விடைபெற்றுக் கொண்டார். குஜலம் சிரித்தாள். தாத்தாச்சாரிக்குத் தக்ஷிணை ஞாபகமே இல்லை. பேசாமல் போய்விட்டார்.

அன்று சாயங்காலம். அஸ்தமித்ததும் இருள்கவிந்து கொண்டிருந்த சமயம். மேலடிவானத்துச் செக்கறை கலைந்துபோய் சற்று நேரத்தில் இருளில் கலக்கப்போகும் வெண்மை லேசாகப் படர்ந்திருந்தது. மாடிச் சுவர்க் கட்டையோரமாக நாற்காலியில் உட்கார்ந்திருந்தாள் அமிர்தம். நதிபோல் நீண்டுகிடந்த கருமேகத்தின் மையத்தில், ஐப்பசிக் காவிரியில் மிதந்து செல்லும் விளக்குபோல், தனிச் சுக்ர நக்ஷத்திரம் அவள் கண்ணில் பட்டது. ஊரோசை ஓயும் நேரம். அவள் கவலை கண்ணில் சுமந்து கொண்டிருந்தது. சபேச முதலியாரின் தோற்றம் கம்பீரமாகத்தான் இருந்தது. குளுமையான முகம். அவளுக்கு என்னமோ அவரைப் பார்க்காமல் இருந்து விட்டால் தேவலைபோல் தோன்றிற்று.

இதுவரையில் அவள் நினைத்துக் கொண்டிருந்ததே வேறு. அவர் யாரோ அம்மாவின் பழைய பாசங்களில் ஒன்று, பார்க்க வந்திருக்கிறார் என்றுதான் எண்ணமிட்டாள். தன் கழுத்தில் போட மாலை கொண்டுவந்திருக்கிறார் என்று அவள் தற்செயலாகக்கூட நினைக்கவில்லை. அன்று காலைதான் விஷயம் தெரிந்தது – பட்டாச்சாரிக்கும், ஜவுளி, வைர வியாபாரிகளுக்கும் அம்மா சொல்லி அனுப்பியபோது அமிர்தத்திற்கு என்ன செய்வதென்று புரியவில்லை. அம்மாவின் பிடிவாதத்திற்கு யாரும் மருந்து கொடுக்க முடியாது. கீழே பார்த்தாள். வீடுகள், கோயில்கள், ஒன்றும் உதவிக்கு வராமல், தன்னைத் தனியாகவிட்டுப்போவது போலிருந்தது அவளுக்கு. பெருமூச்சு விட்டு விட்டு வேதனையைத் தணிக்க முயன்றாள். ஆனால் அது அதிகமாகிக் கொண்டிருந்தது.

*"அமு!"* தாயார் கூப்பிட்டுக் கொண்டே வந்தாள். "சௌந்து நாயுடு வந்திருக்காரு!"

பதிலில்லை.

"அமு, தூங்கிறயா என்ன வெளக்கு வெக்கெற வேளையிலே? அமு!"

"ஏம்மா?"

"சௌந்து நாயுடு வந்திருக்காரு?"

"யாரு?"

"வைர வியாபாரி."

"ஏதுக்கு?"

"எதுக்கா, உன் தலைக்கு! நகையெல்லாம் கொண்டு வந்திருக்காரு, வந்து பாருடீனா!"

"எனக்கு எதுக்கு நகை?"

"இந்தத் துக்கிரித்தனம் தானே வாண்டாங்கறது!"

"அம்மா, அம்மா" என்று அலறிக்கொண்டே அம்மாவின் மடியில் முகத்தைப் புதைத்துக்கொண்டு துவண்டு விட்டாள் அமிர்தம். அவள் அடக்கமுடியாமல் அழுததில் முதுகு, சுண்டிவிட்ட தம்புராக் கம்பி மாதிரி துடித்தது.

"என்னடா கண்ணு?" என்று குஜலம் பதறினாள்.

பதிலில்லை.

"சொன்னாத்தானே தெரியும்!"

அமிர்தம் மடியை விட்டு முகத்தைத் தூக்கவில்லை.

"அம்மா, எனக்கு அரங்கு வேண்டாம்மா!"

"ஏன்?"

"எனக்கு வேண்டாம்!"

"ஏன்னு கேக்கிறேனே!"

"கலியாணம் பண்ணிக் குடுத்துடம்மா யாருக்கானும். ராஜூப் பிள்ளை நல்லதைத்தானேம்மா சொல்றாங்க?"

"நல்லதைச் சொல்றானா! உங்கிட்ட வலையை வீசிப்பிட்டானா? நான் நல்லாருந்தா, ஏன் ஒருத்தருக்கும் பொறுக்க மாட்டேங்குது?"

"அவர் ஒண்ணும் வலைவீசிப்பிடவில்லை. நானாத்தான் சொல்றேன். பிசகா ஒண்ணும் சொல்லிடலையே அவர்!"

"கலியாணம் பண்ணிக்கிறத்துக்கு எந்தப் புருஷன்டீ பணமும் பேருமா இருக்கான் எட்டுக்கண் விட்டெறிஞ்சுக்குட்டு? வாலாம்பா மகனுக்கு நாற்பது ரூபாய்ச்சம்பளம். குமாஸ்தாவாம். அவ தம்பி மிருதங்கம் அடிக்கிறான். மாமாங்கத்து மாமாங்கம் ஒரு கச்சேரி. பஜனைக்கு அடிச்சு, சோடா குடிக்கிறதுதான் மிச்சம். பத்துக்காசை பார்க்கிறதுக்குள்ளே தொப்பி கிழிஞ்சுபோவுது—"

“எட்டுக்கண் எறிஞ்சாத்தான் புருஷனா யிருக்கணுமோ; இல்லாட்டா லாயக்கில்லையோ?”

“லாயக்கிருக்கலாம் வேறெ யாருக்கானும்! ஆனால் நமக்கு?”

“நமக்கென்ன ரொம்ப ஒசந்துப் போயிட்டோமோ?”

“உனக்குத் தெரியாது, பைத்தியம் மாதிரி பேசாதே!” என்று பெற்ற தாய் வனப்பு செறிந்த பெண்ணின் முகத்தைக் கர்வத்துடன் பார்த்தாள்.

“ஆமாம், நான் பைத்தியம்தான்.”

“பின்ன என்ன? மட்டத்துக்குத் தான், தெரியாமே முக்கா லக்ஷத்தைக் கொட்டினாரோ முதலியாரு? அழு, அசட்டுத்தனமா உளறிண்டு கிடக்காதே. வந்த லக்ஷ்மியை சிரிச்ச முகமா ஏத்துக்கிட்டாத்தான் கௌரவம்! அதுதான் அழகு!”

“கௌரவமும் வேண்டாம், குப்பையிலும் விழவேண்டாம். இருக்கிற பணம் போறாதாம்மா?” என்று அமிர்தம் மீண்டும் தழதழத்தாள். கெஞ்சினாலும் அதில் உறுதியிருந்தது.

ஆனால் குஜலத்திற்கு எப்படித் தன் பிடிவாதத்தைத் தளர்த்த முடியும்? அது அவள் ஸ்வாபத்திலேயே இல்லை. இப்பொழுது அமிர்தம் கெஞ்சக் கெஞ்ச அது அதிகமாயிற்று. கோபம் கோபமாக வந்தது அவளுக்கு.

“உன்னைக் கௌரவமாக வச்சுப் பார்க்கணும்னு நினெச்சா, பிடிக்கமாட்டேங்குது ஒனக்கு. ஆத்து நிறையப் போனாலும் நக்கிக் குடிக்கிற ஜாதகம்!—” என்று குஜலம் சொன்னபோது அவளுக்குக் கண்ணில் நீர்ப்பெருக்கு எடுத்தது. அழுதுகொண்டே, “ஏழு பொறந்து, எல்லாம் பேன் சொடுக்குக் கணக்காத் தொலைஞ்சு போயிட்டுது! என் கடைசி காலத்து நீ இப்படிக்கு பேசறெ!” என்று தலைப்பால் கண்ணையும் நீரையும் துடைத்துக் கொண்டாள். ஆனால் வெட்டுப்பட்ட இடம்போலக் கண்ணில் ஊற்று நிற்கவில்லை! அழுகையும் அதிகமாயிற்று.

அமிர்தம் இடிந்து போய் அம்மாவின் தலைப்பை முகத்தி லிருந்து இழுத்து, “நீ ஏன் புலம்பறே? உன் இஷ்டப்படி நடக்கட்டும்! போ” என்று விட்டுக் கொடுத்தாள்.

“இந்த தள்ளாத வயசில் நாதியில்லாமெ வச்சுரும் போலிருக்குதே தெய்வம்!” என்றாள் குஜலம்.

“நான் தான் உன் மனசுப்படியே ஆகட்டும்னு சொல்லிட் டேனே. அப்புறம் என்ன? போ?”

குஜலத்தின் அழுகை நின்றது.

"அரங்கு வேண்டாம்னு நெனச்சேன். அதுவும் நேத்திக்கு வந்தவரைப் பார்த்தா எனக்கு அப்பாவாக இருக்கலாம் போலிருக்கு!" என்று தன் வேதனையை ஒரு பெருமுச்சில் கொட்டினாள் அமிர்தம்.

"இப்ப அதுதானா கவலை? அரங்கேத்தட்டுமே அவரு. அப்புறம் மனசுக் கொத்தவங்க அத்தா போயிடுவாங்க!" என்றாள் குஜலம்.

"ஐயையோ, இரையாதெயேன், மெதுவாப் பேசு. வந்திருக்கிறவங்க காதிலே விழப்போறது!" என்று வெறுப்புடன் காதைப் பொத்திக் கொண்டாள் பெண்.

# சபேச முதலியார்

அம்மா இந்த மாதிரி லஜ்ஜை இல்லாமல் பேசுவதைக் கேட்டு, இயற்கையிலும் படிப்பிலும் பண்பட்ட அவளுடைய உள்ளம் அவமானத்தில் குன்றிப்போயிற்று. 'வாய் கூசாமல் இதெல்லாம் பேசுறியே, காதால் கேட்க முடியவில்லையே' என்று கடிந்து கொள்ளலாமா என்று நினைத்தாள். ஆனால் தனக்கு விவரம் தெரிந்தது முதல் அம்மா அசடு என்பது அவளுக்கு நன்றாகத் தெரியும். ஆதலால் அவள் ஒன்றும் பேசாமல் கட்டிலில் போய்ப் படுத்துக் கொண்டாள். உணச்சி வேகத்தில் அவளுடைய மனதும் உடலும் அயர்ந்து போயிருந்தன.

குஜலத்திற்கு ஏதோ பெரிய ஹாஸ்யத்தின் வாயிலாக ரஸமாகக் கிண்டலைச் செய்துவிட்டதாக நினைப்பு; தான் சொன்னதை நினைத்துத் தனக்குள் ளேயே சிரித்துக் கொண்டாள். அழுதோ, பணிந்தோ பெண்ணைத் தன் வழிக்குக் கொண்டுவந்து விட்டோம் என்று வெற்றி மகிழ்ச்சியும் அவள் முகத்தில் ஆடிக் கொண்டிருந்தது.

பரபர வென்று மாடிப்படி யேறி வந்தாள் துளசி. காவிப் பல்லைக் காட்டிக்கொண்டு பாதி ரஹஸ்யமான குரலில் "யம்மா, யம்மா, முதலியாரு, அம்மா!" என்று செய்தியைத் தெரிவித்துக்கொண்டே குறும்பாக அமிர்தத்தைப் பார்த்தாள்.

"எங்கேடி ?"

"கீளே வந்திருக்காங்கம்மா"

“அமூ, எழுந்திரு. கண்ணைத் துடைத்துக்கொள்” என்று குஜலம் எழுந்தாள். அமிர்தம் மட்டும் எழுந்து கொள்ளாமல் சற்றுக் கட்டிலில் புரண்டு கொடுத்தாள். அவளுடைய கலங்கிச் சோர்ந்த முகத்தைக் கண்டதும் துளசிக்கு முதலில் ஒன்றும் புரியவில்லை. கட்டிலருகே முழங்காலில் உட்கார்ந்து கவலை தேங்கிய ஆழ்ந்த குரலில் “என்னம்மா உடம்புக்கு? தலை வலிக்குதா? பிடிச்சு விடட்டா?” என்று அமிர்தத்தின் பொட்டில் கையை வைத்துத் தடவினாள்.

“தலைவலியு மில்லே, காது வலியுமில்லே! உனக்குத்தான் பல் வலி, மூஞ்சியைப் பாரு. புகையிலை போடாமல் பாக்குவெட்டு நேரம்கூட உன்னாலே இருக்கமுடியாதோ, போ. மூஞ்சியை அப்பாலே திருப்பிக்க!” என்று அவள் கையை உதறித் தள்ளினாள் அமிர்தம்.

“இல்லீங்கம்மா, நான் செத்தப்பிடிச்சி விட்றேன்”

“போன்னா போகணும்”

“நான் போகமாட்டேன்” என்று மாடிப் படியில் குரல் கேட்டது. சிரித்துக் கொண்டே சபேச முதலியார் மாடியின்மேல் நின்று கொண்டிருந்தார். சரேலென்று அமிர்தம் எழுந்து புடவையைச் சரிப்படுத்திக் கொண்டாள்.

“வாங்க வாங்க, அமூ, எழுந்திரு. ஐயா வந்திருக்காங்க, வாங்க உட்காருங்க! ஏ ஜடம், துளசி மடம், பொம்மெ மாதிரி நிக்கிறியே பல்லைக் காட்டிக்கிட்டு? அந்த நாற்காலியை எடுத்துப் போட்டா என்ன தேஞ்சுப்போயிடுமோ” என்று மூலைக்கு ஒரு பேச்சாகக் குஜலம் பேசிமுடித்தாள்.

“உட்காருகிறது இருக்கட்டும்” என்று உள்ளே நுழைந்து கொண்டே “கீழே வைரக்காரரை உட்காரவச்சிட்டு நீங்கபாட்டுக்கு இங்கே உட்கார்ந்தா?” என்று துளசி கொண்டுவந்த நாற்காலியை இழுத்துப் போட்டுக்கொண்டு முதலியார் உட்கார்ந்தார்.

“அதுக்குத்தான் அமூவைக் கூப்பிட வந்தேன். அது தலைவலின்னு படுத்திருந்துது. சும்மா அந்தி வேளையிலே கூட புஸ்தகத்தை உன்னி உன்னிப் பாத்துக்கிட்டிருந்தா தலை வலியும் வரும், திரு வலியும் வரும். இப்பவே பிடிச்சு சாளேசரம் மாட்டிக்குணு மில்லே!” என்று பெரிய புளுகாகப் போட்டுச் சமாளித்துக் கொண்டாள் குஜலம்.

“ஏ அப்பா, எத்தனை புஸ்தகம்! எத்தனை புஸ்தகம்! ஐ.ஸி.எஸ்.ஸுக்குப் படிக்கப் போறாப்பலே இருக்கே” என்று திரும்பி அலமாரியைப் பார்த்துவிட்டு லேசாகச் சிரித்தவாறு

அமிர்தம் நின்றுகொண்டிருந்த பக்கம் பார்த்தார் முதலியார். அங்கு அமிர்தத்தைக் காணவில்லை. மாடியிலேயே அமிர்தத்தைக் காணமுடியவில்லை.

"அடே, அதுக்குள்ளியும் ஆளைக் காணோமே!"

"பாருங்க. இப்படித்தான் மனுஷாளைக் கண்டா அது படற கூச்சமும் வெட்கமும் உண்டல்ல? சொல்ல முடிஞ்சாத்தானே! என்னமானும் நெனச்சுக்கப் போறாங்களேன்னுட்டுக்கூடத் தோன்றதில்லை அதுக்கு. யாரானும் வரவேண்டியதுதான், உடனே சிட்டாய்ப் பறந்து போயிடுது."

"அதெல்லாம் கொஞ்சநாள் போனால் சரியாயிடறது?"

"இருந்தாலும் இந்த மாதிரி நான் பாத்ததில்லீங்க"

"த்ஸ, முன்னாலே அப்படித்தான் இருக்கும்; சரி, நாம் கீழே போய் வைரத்தையானும் பார்ப்பமே" என்று நாற்காலியில் இருந்த அங்கவஸ்திரத்தை எடுத்துப் போட்டுக் கொண்டு முதலியார் எழுந்தார். அவர் இரண்டடி போனதும், 'போய் காப்பி வாங்கிக்கொண்டு வா' என்று துளசியின் காதோடு சொன்னாள் குஜலம் அடித்தொண்டையில் காதில் விழுந்ததும் விழாததுமாக. "சரியம்மா" என்று தலையாட்டிவிட்டுத் துளசி மாடிப்படி இறங்கிப் போனாள்.

"இப்ப ஒண்ணும் வேண்டாம். இப்பத்தான் ஒரு சிநேகிதர் வீட்டுக்குப் போய்ட்டுவரேன். வயிறு 'கம்னு' இருக்கு."

"இருக்கட்டுங்க, காப்பி என்ன பண்ணிடப்போறது?" குஜலம் முன்னால் மாடிப்படி இறங்கினாள்.

"யம்மா! யம்மா!" என்று பதறிக்கொண்டே வந்தாள் துளசி.

"என்னடி? என்ன?"

"கூடம் முளுக்க ஒரே இருட்டா இருக்குதம்மா? எனக்குப் பயமாயிருக்கு."

"வைரக்காரரு எங்கே?"

"என்னமோ தெரியலை."

"அழு?"

"இருட்டிலே ஒண்ணும் தெரியலீங்க."

"வெளிச்சத்தைப் போட்டுவிட்டுப் பதறாமல் ஆர அமரப் பார்த்தால் தெரியுது" என்று முதலியார் தைரியப்படுத்தினார்.

குஜலத்தின் பெற்ற மனம் அரைக்கணத்தில் எண்ணாத எண்ணமெல்லாம் எண்ணிவிட்டது.

"அமூ, அமூ!" என்று கூப்பிட்டுக் கொண்டே கால் நடுங்க இறங்கினாள். சப்தமே இல்லை.

"அமூ! – போய்ப் பொத்தானை இழுத்து வெளிச்சத்தைப் போடேண்டி, துளசீ! சும்மா நிற்கிறயே! எனக்கு வயித்தை என்னமோ செய்யுதே – அமூ, அமூ! – எங்கடி போயிட்டே? நீங்க வாங்களேன் – வந்து பாருங்களேன் – வெளிச்சத்தைப் போடேண்டி!"

பளிச்சென்று விளக்கு எரிந்தது.

"இதோ இருக்குதே சின்னம்மா" என்று கட்டிலில் குப்புறப் படுத்திருந்த அமிர்தத்தின் அருகில் ஒரு பாய்ச்சலில் சென்றாள் துளசி.

குஜலம் அருகில் போய், "அமு அமு, உடம்புக்கென்ன? தலை வலி அதிகமாயிருக்கா? உடம்பு என்ன பண்றது?" என்று அமிர்தத்தைப் புரட்டினாள்.

திரும்பிப் பார்த்த அமிர்தம், முதலியார் அருகில் நின்றதைப் பார்த்ததும், முகத்தை அப்பால் திருப்பிப் படுத்தபடியே சற்று நகர்ந்து கொண்டாள்.

"அமூ, உடம்பை என்ன செய்றதுன்னு சொன்னால்லெ தெரியும். தலையை வலிக்குதா?"

"ஆமாம்" என்று சீறினாள் அமிர்தம்.

"வயித்தை வலிக்கிறதா?"

"ஆமாம்."

"எல்லாத்துக்கும் ஆமாம் போட்டா?"

"இப்படிக்கேட்டா அப்படித்தான் பதில் சொல்லணும்!"

"அமூ, பெரிய மனசு பண்ணிச் சொல்லேன், என்ன செய்றதுன்னுட்டு" என்று கெஞ்சியவாறு சங்கடத்தில் சிக்கிக் கொண்டிருந்த குஜலம் முதலியாரைப் பார்த்தாள். அமிர்தத்தின் போக்கு அவளுக்குப் பிடிக்கவில்லை.

"உடம்பு என்ன செய்யுதுன்னு சொல்லணுமா? உடம்பு பூரா வலிக்கிறது, குத்துகிறது, புரட்டிப் புரட்டி எடுக்கிறது, காலை வலிக்கிறது, கையை இசிக்கிறது. கண் சொருகிண்டுப் போகிறது. காதை அடைக்கிறது, நெஞ்சு கட்டாந்தரை மாதிரி உலர்ந்து

உலர்ந்து போகிறது – போதுமா?" என்று எரிந்து விழுந்தாள் அமிர்தம்.

"பாருங்க, இப்படி அடம் பண்ணினால் என்ன செய்ய முடியும்? உடம்புக்கு ஏதேனும் வந்துட்டா, வாயைத் திறந்து சொல்ற பேச்சே கிடையாது. பொறந்த நாளா இதே வழக்கமாய் போச்சு. கிட்டப் போய்க் கேட்டா இப்படித்தான் மூஞ்சிலே எள்ளும் கொள்ளும் வெடிச்சுண்டு சள்ளு புள்ளுன்னு விழறது."

"குஜலம் சுழலில் அகப்பட்டுத் தடுமாறிக் கொண்டிருந்தாள். அமிர்தத்தின் வேதனை அவளுக்கு நன்றாகத் தெரிந்திருந்தது. ஆனால் அவள் அதற்காக இப்படியா நடந்து கொள்ள வேண்டும் என்று கோபம் மட்டும் அவளுக்கு வந்தது. ஸம்பத் குமாரனான முதலியாரை விடவும் அவளுக்கு மனமில்லை.

"என் உடம்புக் கென்ன இப்ப? அதான் கல்லுப் பிள்ளையார் மாதிரி இருக்கேனே? என்று எரிந்து விழுந்தாள் அமிர்தம்.

"அப்பா, எழுந்து உட்காரேன்."

"நான் ஒண்ணும் உட்கார வேண்டாம். நீயே உட்காரு."

"சீ போ, நீ ஒரு பொம்பிள்ளே மாதிரி"

முதலியாருக்கு ஒன்றும் புரியவில்லை. அமிருதத்தை அருந்தும் கனவு கண்டவருக்கு இது ஒரே புதிராக இருந்தது. இரண்டு நாள் முன் பார்த்தபோது அமிர்தம் அடக்கமே உருவாக இருந்தாள். நாணமும் அடக்கமும் அவளுடைய அழகுக்கு மெல்லிய திரை யிட்டிருந்தன. பாதி தெரிந்ததும் தெரியாததுமாக ஒளிந்திருந்த அவளுடைய அழகு, இலை நடுவே வரும் சந்திரிகைபோல, சோபித்துக்கொண்டிருந்தது. ஆவலைக் கிளறும் அந்த அடக்கத்தை இப்பொழுது பார்க்க முடியவில்லை. திடீரென்று ஏற்பட்ட இந்த மாறுதல் முதலியாரைக் குழப்பத்திற்கு ஆளாக்கியது. ஒரு பக்கம் குஜலத்தின் கெஞ்சல் – ஒரு பக்கம் அமிர்தத்தின் சீற்றம். தேனீக்கும் புலிக்கும் நடுவில் அகப்பட்டு வேட்கை முற்றியிருந்த அவர் உள்ளம் செய்வதறியாமல் தவித்தது. கடைசியில் இவ்வளவு ஆர்ப்பாட்டத்திற்கும் காரணம் தான்தானோ என்ற சந்தேகமும் எழுந்தது அவருக்கு.

"நான் வேண்டுமானால் அப்பால் போகிறேன்" என்று நாற்காலியின் கையை அழுத்தி அவர் எழ முயன்றார். அமிர்தம் உடனே எழுந்து உட்கார்ந்து கொண்டாள். முதலியாரைப் பார்த்தபோது அவர் முகம் இருண்டிருந்தது.

"உடம்புக்கு சௌகர்யமில்லா விட்டால் வாய் விட்டுச் சொன்னாத்தானே தெரியும்" என்று முதலியார் ஆரம்பித்தார்.

அமிர்தம் பேசவில்லை. சற்றுக் கழித்து, "என் உடம்புக்கென்ன? ஒண்ணுமில்லே" என்று அலுத்துக் கொண்டே பெருமூச்செறிந்தாள். அவள் எழுந்து அப்பால் போகவும் முயலவில்லை. எங்கே சென்றாலும் கூடக் கூட வந்து அம்மா வேட்டை யாடுவாள் என்று தெரிந்திருக்கும்போது என்ன செய்வாள் பாவம்?

அவள் பெரு மூச்சுவிட்டுத் தரையைப் பார்த்துச் சோர்ந்த முகத்துடன் உட்கார்ந்திருப்பதைக் கண்டதும் முதலியாரின் சந்தேகம் அதிகமாயிற்று. அந்தச் சந்தேகத்திலிருந்து பயந்து கொண்டு பேச்சை மாற்ற முயன்றார்.

"வைர வியாபாரி எங்கே?" என்று ஞாபகம் வந்து கேட்டார்.

"எனக்கு ஞாபகமே இல்லையே? எங்கே அவர்?" என்றாள் குஜலம்.

"வாசல்லே இல்லே. வீட்டிலே இருப்பாரு இப்ப" என்றாள் அமிர்தம்.

"ஏன்? நாழியாச்சுன்னு போயிட்டாரோ?"

"அதெல்லாம் இல்லை. நான் தான் போகச் சொன்னேன். தலைவலி – இப்ப பார்க்க முடியாது வைரத்தைன்னு சொல்லி அனுப்பிவிட்டேன். நாளைக்கு வருவாரு."

"இப்ப உடம்புக்கு ஒண்ணுமே யில்லை? பிள்ளையார் மாதிரி இருக்கேன்னு சொன்னவ, வைரத்தைப் பார்க்க முடியாதுன்னு சொல்லுவானேன்?"

"ஆமாம் போ, அப்படித்தான் சொன்னேன். அப்ப தலைவலி, இப்ப ஒண்ணும் இல்லே."

"சரி எப்படியானும் இரு. நாயுடுவை எப்ப வரச் சொன்னே?"

"நான் மணி சொல்லவில்லை."

"அவரானும் எப்ப வரேன்னு சொன்னாரா?"

"இல்லை."

அமிர்தம் இந்த மாதிரி அரை வார்த்தையும் கால் வார்த்தையுமாக, சம்பந்தமில்லாமல் விடையளித்துக் கொண்டிருந்தாள். நடந்த சம்பாஷணையில் அவர் பங்கிட்டுக்கொள்ள இடமில்லை. எப்பொழுதேனும் நடுவில் பேசுவார். அந்தப் பேச்சையும் அமிர்தம் ரஸிக்கவில்லை. அவருக்கு முள்மேல் இருக்கிறாற் போலிருந்தது.

"சரி, நான் வருகிறேன்" என்று எழுந்தார்.

"அதற்குள்ளாகவா? என்ன அவசரம்?"

"வேலை யிருக்கு"

"அவசரமாகப் போகணுமா?"

"ஆமாம்"

"அப்போ..?"

"நாளைக்கு வைர வியாபாரியோடு வருகிறேன்."

எழுந்தவரை நிறுத்தி "காபி வந்துடும் – குடிச்சுட்டுப் போகலாம் – அப்ப போனவள் இன்னும் ஆளைக் காணுமே!" என்று வாசலைப் பார்த்தாள் குஜலம். முதலியார் பழைய முள்ளிலேயே அரை மனதுடன் தட்ட முடியாமல் உட்கார்ந்தார். இரண்டு நிமிஷ நேரமும் மௌனமாகக் கழிந்தது. அறை முழுவதும் நிசப்தம். அந்த அமைதியில் கடிகாரம் மாத்திரம் "டக் டக்" என்று அலறிக்கொண்டிருந்தது. ஒருவரும் பேசவில்லை. ஆனால் ஒவ்வொருவரும் தன்னைப்பற்றிய நினைவே யில்லாமல் மற்ற இருவர்களின் ஹ்ருதயத்தை வாசித்துக் கொண்டிருந்தார்கள். முதலியாரின் வேதனையைக் கண்டு அமிர்தம் ஈரமில்லாமல் களித்துக் கொண்டிருந்தாள். குஜலம் தர்மசங்கடத்தில் திணறிக்கொண்டிருந்தாள். முதலியாருக்கு ஒரே குழப்பம். மூன்று பேரும் அந்த க்ஷணம் ஒருவரை ஒருவர் பார்க்காமல் தனியாக இருக்கத் துடித்துக்கொண்டிருந்தார்கள்.

துளசி காப்பிவாங்கிக்கொண்டு வேகமாக வந்தாள். அவசரமாக அதை வாயில் ஊற்றிக்கொண்டதில் அவர் நாக்குப் பொறிந்துவிட்டது. ஒரு ஆற்று ஆற்றி மடமடவென்று குடித்துவிட்டு, 'வருகிறேன்' என்று ஒருவர் முகத்தையும் பார்க்காமலேயே விடைபெற்றுக்கொண்டு வாசலுக்கு வந்துவிட்டார். அவர் தலை மறைந்ததும் அமிர்தம் மாடிக்குப்போய், கதவைத் தாளிட்டுக்கொண்டு கட்டிலில் விழுந்தாள். தனிமைக்காகக் காத்துக் கொண்டிருந்த அவள் கண்களில் நீர்ப்பெருக்கு எடுத்தது. அந்த இருட்டில், தனிமையின் தாய்மடியில், கட்டுப்படுத்த முயலாமல் தன் ஹ்ருதயத்தை அழுது கொட்டினாள்.

வெளியே நல்ல இருட்டு. இருட்டை ஞாபக மூட்டுவதற்காகப் போட்டிருந்த முனிஸிபல் மின்சார விளக்குகள் நித்திய அழுகையை அழுதுகொண்டிருந்தன. மேலே கருவானத்தில் கூட அவ்வளவு சோபையில்லை. திட்டுத் திட்டாக மேகம் பரவி நட்சத்திரராசிகளை மறைத்திருந்தது.

முதலியார் மனத்திலும் கலக்கம் மூட்டம் போட்டிருந்தது: – "மாடிப்படி ஏறியபோது முதலில் கண்ட காட்சி அமிர்தத்தின்

கலங்கிய கண்கள். ஏன்? அமிர்தத்திற்கு உண்மையாகவே தலைவலியா? நான் வந்து உட்கார்ந்ததும் அவள் ஏன் கீழே ஓட வேண்டும்? தாயார்க்காரி 'வெட்கம் வெட்கம்' என்று போர்த்துகிறாள். அப்படியானால் கீழே கட்டிலில் படுத்திருந்தவள், நான்போய் வெகு நாழி வரை ஏன் எழுந்து கொள்ளாமல் படுத்தேயிருக்க வேண்டும்? மூன்றாம் மனிதரின் முன்னிலையில் தாயாருக்குச் சரியாக பதில் சொல்லாமல் ஏன் துடுக்குத்தனமாக எரிந்து விழ வேண்டும்? நான்தான் அவ்வளவு பழகி விட்டேனா? இல்லையே. அன்று நான் அங்குப் போனது மூன்றாவது தடவை தானே! என்னை ஏன் அவள் நிமிர்ந்தே பார்க்கவில்லை?"

இப்படி நடந்தது அனைத்தையும் ஒவ்வொன்றாக நினைத்துப் பார்த்தார். இந்தக் குழப்பத்தை இன்னும் அதிகப்படுத்தி, அவரை இன்னும் தடுமாறச் செய்தது கருத்தைக் குலைக்கும் அமிர்தத்தின் சௌந்தர்யம். அமிர்தம் கடிந்து விழுந்ததுகூட அவர் மனதில் அவ்வளவு பாயவில்லை. அவிழ்ந்து புரண்ட அவளுடைய கேசபாரம், அங்க புஷ்டி, இழுத்த இழுப்புக்கெல்லாம் வளைந்து கொடுக்கும் கொடியுடல், கலங்கிய கண்கள், நனைத்து விட்டாற்போல் மின்னிய இமைமயிர்கள் – அந்த வனப்பு வடிவம் அவரைத் துன்புறுத்தியது. நகரத்தில் எங்குச் சென்றாலும் கட்சியளிக்கும் உன்னத கோபுரம்போல், அமிர்தத்தின் அலட்சியத்தைப் பற்றிய நினைவுகளுக்கு நடுவே, அவளுடைய சௌந்தர்யம் அவர் நெஞ்சில் ஆடிக்கொண்டிருந்தது.

"அவள் அசாதாரணமான அழகி. நமக்குக் கிட்டுவாளா?" இந்த ரீதியில் அவர் போற்றிய அழகே அவரை நம்பிக்கை இழக்கச் செய்தது. "அழகை ரஸிக்க நாம் கொடுத்து வைத்திருந்தால் ஸர்வாங்கசுந்தரியான மனைவி ஏன் பதினேழு வயதில் நம்மை விட்டுவிட்டு ஸ்வர்க்கத்திற்குப் போக வேண்டும்?" என்று தம் மனைவியின் ஞாபகம் வந்தது அவருக்கு. அவர் மனைவி போய்ப் பதினெட்டு வருஷத்திற்குமேல் ஆகிவிட்டது. அவள் போன பிறகு, அவளுடைய மூன்று வயதுக் குழந்தையை ரங்கூனிலிருந்த அவர் தம்பி ஏதோ ஒரு சமயம் வந்தபோது தன்னுடன் அழைத்துக்கொண்டு போய்விட்டான்.

"இப்படி சூன்ய மாக்கிவிட்டு அவள் போய் விட்டாள்? ஏன்? நாம் கொடுத்து வைக்கவில்லை" என்று ஒரு பெருமூச்சுவிட்டார். கடைசியில், தெருமுனை திரும்பும்போது அரங்கு நடக்காமல் நின்று விடுமோ என்ற பெரிய சந்தேகம் அவர்முன் நின்று வழியை மறைத்தது. வேண்டாத ஒரு ஆள் முன் நிற்பது போலிருந்தது அவருக்கு. நடையின் வேகம் தளர்ந்தது. அந்தச் சந்தேகத்தையே நினைத்துப் பார்க்கத் துணிவில்லாமல் அவர் வந்த வழியே

திரும்பினார். பரீக்ஷை முடிவை எதிர்பார்ப்பவன் போல, தோல்வியை நினைக்கக் கூசித் தன்னையே நம்பிக்கையுடன் தேற்றிக் கொண்டார். ஏற்கெனவே அவருக்கு அரங்கேற்றலை ஆர்ப்பாட்டத்துடன் நடத்திக்கொள்ளும் எண்ணமில்லை. காரணம், அவர் பரம்பரையில் இதுவரை ஒருவரும் குடும்ப பாசத்திற்கு வெளியே வேறு பிரேம பாசங்களில் கட்டுண்டதில்லை. இப்பொழுது அமிர்த கலசம் கைவிட்டுப் போய்விடுமோ என்று பயம் எழுந்ததும், மூன்றாம் பேருக்குத் தெரியாமல் அரங்கை முடித்துவிட அவர் மனம் துடித்தது.

முதலியார் வாசலில் வந்த போது, துளசி வீட்டுக்குப் புறப்பட்டுக்கொண்டிருந்தவள், "ஏங்க?" என்று ஆச்சரியத்துடன் பல்லைக் காட்டினாள்.

"பெரியம்மாவைக் கூப்பிடு."

குஜலம், "என்ன, ஏதானும் வச்சிட்டு மறந்துபோயிட்டுதா?" என்று கேட்டுக்கொண்டே வந்தாள்.

"ஒன்றுமில்லை. ஒன்று சொல்ல மறந்துவிட்டேன். அரங்கு விஷயம் அதிகமாக வெளியில் தெரிய வேண்டாம். கூட்டம் கூட்டி அமர்க்களப் படுத்தும் நோக்கமில்லை எனக்கு."

குஜலத்திற்கு ஒன்றும் புரியவில்லை. முதலியாரின் போக்கு அவளுக்கு விசித்திரமாகப் பட்டது.

"ஏன்?"

"காரணமாகத் தான்."

"சாமான்யப்பட்டவங்கூட ஊர்கோலமும் கச்சேரியும்... தடபுடல் படுத்தறா... நீங்க ஏன்..?"

"எனக்கு இஷ்டமில்லை."

குஜலம் கடைசியில் சம்மதப்பட்டுவிட்டாள். அரங்குக்கு ஒருவரையும் அழைக்கக் கூடாது; சாதாரண வீடு போல இருக்க வேண்டும் என்று அவர் விசித்திரமாகத் தீர்மானிப்பதை அவள் மறுக்க முடியவில்லை.

வெளியே வந்தபோது முதலியாரின் ஹ்ருதயச் சுமை சற்றுக் குறைந்திருந்தது. பொக்கிஷத்தைக் கண்படாத இடத்தில் பூட்டி வைத்துவிட்டு வருகிறவன் மாதிரி அவர் சற்றும் நிம்மதி யில்லாமல் நடந்து போனார்.

பெரிய தெருவில் நல்ல இருட்டு.

"முதலியாருங்களா?"

முதலியார் திரும்பிப் பார்த்ததும், "என்ன இன்னிக்கு ரொம்ப சங்கடமான நிலையிலே விட்டுட்டீங்களே" என்றார் வைர வியாபாரி சௌந்து நாயுடு.

"என்ன? நாயுடுவா? தலைவலி ரொம்ப அதிகமாயிருந்ததுன்னு உங்களைப் போகச்சொல்லிட்டாப்பலே இருக்கு அவங்க."

"தலைவலியா? அப்படி ஒண்ணும் சொல்லலியே அவங்க? நீங்க என்னோடு பேசிவிட்டு மாடிக்குப் போனீங்கள்ளே. கொஞ்ச நாழிக்கெல்லாம் அந்தப் பொண்ணு வந்து, 'நாயுடுவா? எங்க வந்தீங்க'ன்னு கேட்டுது. முதலியாரு வரச் சொன்னாங்களேன்னேன். 'அவரு வரச் சொன்னால்? அதெல்லாம் இப்ப ஒண்ணும் வைரம் கிய்ரம் வாங்கலே, நீங்க போகலாம்'ன்னு சொல்லிச்சு. எனக்கு ஒண்ணும் புரியலே, பட்டுத் தெறிச்சாப்போல இப்படி அது சொன்னதும், எனக்கு என்னமோ போலிருந்தது. அப்பாலே, உங்களைப் பார்த்துப் பேசிக்கலாம்னு வந்து விட்டேன்.

"என்ன! அப்படியா சொன்னாள்!" என்று ஆச்சரியத்துடன் முதலியார் கேட்டார். அமிர்தம் ஏன் தன்னிடம் பொய்சொல்ல வேண்டும் என்று அவருக்குப் புரியவில்லை.

"தலைவலி அதிகமாயிருந்ததனால் அப்படிப் படபடவென்று சொல்லியிருக்கலாம். எப்படியும் நாளைக்குக் காலையிலே வாங்க நீங்க" என்று சொல்லிவிட்டு அவர் நடந்தார்.

"தலைவலி, நாளைக்கு வாருங்கள் என்று வைர வியாபாரியிடம் சொன்னதாகச் சொன்னாளே அமிர்தம்! ஏன் இப்படிப் பொய்சொல்ல வேண்டும்?" முதலியாரின் மனம் நிம்மதி யுறாது மீண்டும் கலங்கிற்று.

# வைராக்கியம்

மின்சார ஏற்பாட்டில் என்ன கோளாறோ தெரியவில்லை. வெளிச்சம் அன்றிரவு அஞ்ஞாதவாசம் செய்து கொண்டிருந்தது. அந்த மையிருட்டில் துல்லிய வெள்ளை உடையுடன் முதலியார் ஆவிபோல் நடந்து போனார். இருளில் பார்வை யிழந்த செருப்பு மேட்டிலும் பள்ளத்திலும் சாணத்திலும் விழுந்து தடுமாறி அவரைச் சுமந்து போய்க்கொண்டிருந்தது. எதிரே நடமாட்டமே தெரியவில்லை. கும்பிருட்டுத் தெருவில் போகும் போது, மனிதனாகப் பிறந்த எவனும் சிகப்பு அல்லது கறுப்புச்சேலை உடுத்தியவர்கள் மீதோ, இருட்டில் உலக நினைவற்றுப் போய் நிம்மதியாக மூன்றாம் ஜாமத் தூக்கம் தூங்கும் நாய் மீதோ மோதி மிதிக்கும் அனுபவத்தை அடைந்துதானாக வேண்டும். இந்த அனுபவத்திலிருந்து தப்ப முயன்று கொண்டே சென்ற முதலியார் அமிர்தத்தின் நினைவிலிருந்தும் தப்பியிருந்தார்.

அடுத்த தெருவில் விளக்குகள் கருணையுடன் எரிந்து கொண்டு தீராப் பறியாகக் கடமையைச் செலுத்திக் கொண்டிருந்தன. அந்தத் தெரு வெளிச்சத்தில் வந்ததும், மழை நின்றவுடன் ஒதுங்கி யிருந்தவன் மீண்டும் தெருவுக்கு வருவதுபோல, அமிர்தமும் அவர் மனதில் நடக்க ஆரம்பித்தாள்.

ஒரு விளக்குக் கம்பத்தைக் கடக்கும்போது, அவருடைய நிழலும் நீண்டு அவருக்கு முன்னால்

சற்று இடதுபுறம் சாய்ந்து போயிற்று. அந்த நிழல் அவளுடைய இளமையையும் அங்க புஷ்டியையும் நன்றாக எடுத்துக் காட்டிற்று, நன்கு அகண்ட – சரியாத – தோள்பட்டை, மார்பளவுக்குச் சற்றுக் குறைந்தேயிருந்த இடை, யௌவனத்தின் உறுதி விறுவிறுத்துக் கொண்டிருந்த நடை; துளிக்கூட ஒட்டாத கன்னம் – இவ்வளவையும் அவர் பார்த்துக் கொண்டார். அவருக்கு வயது நாற்பத்திரண்டு ஆய்விட்டது. ஆனால் உடல் இன்னும் இருபத்தி நான்காகத்தான் இருந்தது.

நிழல் நீண்டுகொண்டே முன்னால் போகப் போகத் தேய்ந்து விட்டது. மறுபடியும் ஐம்பதடிக் கப்பால் ஒரு விளக்கு – மறுபடியும் தேய்வு. இப்படி மாறி மாறிப் போய்க் கொண்டிருந்தபோது ஒரு வீட்டு வாசலில் நிலைப்படிக்குமேல் பொருத்தியிருந்த விளக்கு வெளிச்சம் தெருவில் பரவியிருந்தது. எதிர்ச் சாரியில் வீட்டுக்கு நேராக ஒரு பெருஞ்சுவர். அந்த வெளிச்சத்தில் போகும்போது அவருடைய நிழல் சாயாமல் பக்க வாட்டில் அந்தச் சுவர் மீது விழுந்தது. தன் முதுகைத் தான் அவர் நன்றாகக் கவனித்தார். அது இம்மிகூட வளைவு கோணலின்றி நூல் பிடித்தாற் போலிருந்தது. உண்மையான வலுவு ஆரோக்கியம் இல்லாவிட்டால் முதுகு இப்படியா யிருக்கும்? அவர் உண்மையில் திடசரீரி. ஆனால் மறுகணம் அந்த முதுகின் நிழலைப் பார்க்க முடியவில்லை. அது சாய்ந்து சுவரிலிருந்து தெருவில் விழுந்து விட்டது. சற்று அப்பால் ஒரு வீட்டு வாசலில் கூடத்தில் தொங்கின விளக்கின் ஒளி நடைவழியாக வந்து வாசற்படி அளவிற்குக் கத்தரித்துப் போட்டாற்போல் விழுந்திருந்தது. அங்குத் தன் முதுகு நிழலைப் பார்க்கலா மென்று எண்ணியவாறு நடந்தார் முதலியார். ஆனால் அவர் அந்த வெளிச்சத்திற்கருகில் போவதற்கும், யாரோ வந்து அந்தக் கதவை சாத்திக் கொண்டு போவதற்கும் சரியாக இருந்தது. இதைப் பார்த்ததும் அவர் மனது சிரித்துக் கொண்டது.

இரும்புக் கேட்டைத் திறந்து மோட்டார் நடை வழியாக வந்து படியில் ஏறினார் அவர். சப்பளங் கட்டி முண்டாசுடன் வழக்கம்போல உட்கார்ந்திருந்தான் ரத்னம். இவர் வந்ததும் எழுந்து, “சமையல்காரரு எங்கேயோ கல்யாண மின்னுப் போயிட்டாரு, சமச்சு வச்சிருக்காரு, நான் எடுத்துப்போட..!” என்றான்.

“இப்போது சாப்பாடு வேண்டாம். வேணுமானால் கூப்பிடுகிறேன்” என்று சொல்லி அவர் உள்ளேசென்றார். நிலையைத் தாண்டி உள்ளே அவர் போவதற்குள் ரத்தினத்தின் முழங்கால்கள் மடிந்து சப்பளங் கட்டி விட்டன. எஜமான் உருவம் மறைந்ததும் மடிய வேண்டும் என்று அந்த முழங்காலுக்குத்

தெரியும் போலிருக்கிறது. பழையபடி அவன் சுவரோரமாக உட்கார்ந்து நிலத்தைக் கீற ஆரம்பித்து விட்டான்.

"காலை அலம்பிவிட்டுத் தன் அறைக்குச் சென்று நாற்காலியில் விழுந்து காலைத் தூக்கி மேஜைமீது போட்டார் முதலியார். கட்டை விரலால் புருவத்தை வருடிக் கொண்டிருக்கும்போது மெதுவாக அவர் முகத்தில் ஒளி மங்கிற்று. அவர் அப்பொழுது சுவரைப் பார்த்துக் கொண்டிருந்தார்.

மேஜைக்கு நேராகச் சுவரின்மீது மாட்டியிருந்தது அவர் மனைவி செல்லம்மாளின் புகைப்படம். பெரிது பண்ணப்பட்ட புகைப்படம் அது. சற்று நீண்ட முகம். தளதள வென்ற கன்னங்கள். இயற்கையாகத் தவழும் புன்சிரிப்பு. சித்திரத்திற்காக வரவழைத்துக் கொண்டதல்ல அந்த முறுவல்.

இந்த அழகிய கூட்டிற்குள்ளிருந்த சிட்டு பதினெட்டு பத்தொன்பது வருஷங்களுக்கு முன்னாலேயே பறந்து போய் விட்டது. இந்த அழகைக் கிழத்தனத்திலும் பிணியிலும் வறுத்தெடுக்கச் சகிக்கவில்லையோ அல்லது பக்ஷபாத மில்லாமல் எந்த அழகையும் மக்கிச் சுருக்கி அழிக்கும் வயது வந்து தன் சுந்தர சிருஷ்டியைக் கெடுத்துத் தன் பெயரை அழித்து விடும் என்று பயந்தானோ என்னமோ, கடவுள் அவள் மலர்ந்து கொட்டும் சமயத்தில் தன் அமர நாட்டிற்கு அவளை அழைத்துப் போய்விட்டார்.

இப்பொழுது அந்தச் சித்திரம்தான் அங்குத் தொங்கிக் கொண்டிருந்தது. ஆனால் வெறும் பூக்குடலைக்குள்ளும் மணம் தங்கியிருப்பதுபோல அவளுடைய மணமும் நினைவும் பதினெட்டு வருஷக்காலக்காற்றில் அகப்படாமல் அந்த அறைக்குள் தேங்கியிருந்தன.

அவர் கண் செல்லம்மாளைப் பார்த்துக்கொண்டிருந்தது. நினைவு, வாழ்க்கையில் தான் வந்த பழைய ரஸ்தாக்களின் வழியாகத் திரும்பி ஓடிற்று.

அவருக்குக் கல்யாணமாகும்போது வயது பதினெட்டு. சுடர் மாதிரி இருப்பாள் செல்லம்மாள். சௌந்தர்யமும் அடக்கமும் கூடிப் பேசிக்கொண்டு அவளிடம் குடியிருந்தன. ஆனால் அவருக்குத் துரதிருஷ்டம் அவள் ஒரு பிள்ளையைப் பெற்றுத் தன் ஸ்தானத்தில் இருத்திவிட்டுப் போய் விட்டாள். பிறந்தகத்திற்குப் போனது, பிரசவத்திற்குப் போனது – இதெல்லாம் போனால் அவர் மூன்று வருஷங்கள் கூட அவளோடு சேர்ந்து குடும்பம் நடத்தியதில்லை. அவள் போனதுமுதல் துக்கத்தில் ஆறு மாதமும்,

ஏக்கத்தில் இரண்டு வருஷங்களும் கழிந்தன. செல்லம்மாள் இருந்த இடத்தில் இன்னொருத்தியை மனைவி என்று வைத்து, 'இந்தா' என்று மறுபடியும் கூப்பிட அவர் நெஞ்சு பதறிற்று. மல்லிகையும் பவழ மல்லிகையும் பூத்துக் கொட்டின தோட்டத்தை அழித்துவிட்டு, பட்டிப் பூவையும் கல்வாழையையுமா பயிராக்கிப் பார்ப்பது?

செல்லம்மாள் செத்துப்போனபோது ரங்கூனிலிருந்து வந்திருந்த தம்பி அவருடைய மறு கலியாணத்தைப்பற்றி எவ்வளவோ சொல்லிப் பார்த்தான். பலிக்கவில்லை. மனஸ்தாபப் பட்டுக் கூடப் பார்த்தான். கடைசியில் அவர் சொன்னார்: "எனக்குக் கல்யாணமும் வேண்டாம், கல்லெடுப்பும் வேண்டாம். இதை மாத்திரம்செய். இந்தப் பயலையும் உன்னோடு ரங்கூனுக்கு இழுத்துக்கிட்டுப்போ எனக்குக் கொஞ்சம் சமாதானமாயிருக்கும்."

"ரங்கூனுக்குப் போறியா சித்தப்பாவோடே?" என்று பக்கத்தில் விளையாடிக்கொண்டிருந்த தன் மூன்று வயதுக் குழந்தையின் கன்னத்தில் லேசாகக் கிள்ளினார். குழந்தை சாய்வு நாற்காலியின் ஒரு சட்டத்தின்மேல் உட்கார்ந்து குதிரை ஓட்டிக் கொண்டிருந்தான்.

"ம்?" என்று கேட்டது குழந்தை.

"சித்தப்பாவோடு ஊருக்குப் போறியா?"

"ஊதுக்கா? தித்தப்பா கூதவா?"

"ம்."

"தித்தப்பா முத்தாயி வாங்கிக் குதுப்பான். ஏன்தா, தித்தப்பா அப்பதம் குய்யை வாங்கித்தயுவான். முத்தாயி வாயிலே போத்துக்கித்து, குய்யமேலே ஏதிக்கித்து, அம்மா வெயும் வச்சுக்கித்து, குய்விமாதி ஓதியாந்திதுவேன். ஏன்தா தித்தப்பா – குய்ய வாங்கிக் குதுப்பீல்ல?" என்று நிறுத்திற்று குழந்தை.

இதைக் கேட்டதுதான் தாமதம்! இருமிக்கொண்டே எச்சில் துப்புவது போல் கொல்லைப்பக்கம் போய் நெஞ்சடைத்த துக்கத்தை அழுதுக் கொட்டி விட்டார் முதலியார்.

நாலைந்து நாள் கழித்துக் குழந்தை சித்தப்பாவுடன் ரங்கூனுக்குப் போய்விட்டது. அன்று முதல் அவர் சன்னியாசி தான். துக்கத்தை மறந்தும், மறப்பதற்காகவும் தோட்ட வேலையில் முனைந்துவிட்டார், பங்களாத்தோட்டத்தில் புதிதுபுதிதாக ஏதாவது விதையையும் போத்தையும் கொண்டுவந்து நட்டு அது துளிர் விடுவதை நாள் தவறாமல் கவனித்துக்கொண்டிருப்பார்.

தோட்டம் புஷ்பவனமாக மாறிக்கொண்டிருந்தது. காரைப் போட்டுக் கொண்டு கிராமம் கிராமமாகச் சுற்றி நிலபுலன்களைப் பார்வையிடுவதிலும், சுற்றுப் பிரயாணங்களிலும் வருஷங்கள் ஓடிக்கொண்டிருந்தன. வீடு மட்டும் சன்னியாசி வீடாக இருந்தது. நான்கைந்து வருஷங்களில் விருப்பு வெறுப்பற்று அவர் உள்ளம் மலடாகிவிட்டது. கணக்குப்பிள்ளை, மோட்டார் ஓட்டி, தோட்டக்காரன் – இவர்கள் தான் அவருடைய வாழ்க்கையின் இஷ்ட மித்ர உறவினர்கள். பணக்காரர் என்ற முறையில் நண்பர்களுக்குக் குறைவில்லை. ஆனால் அவர்கள் எல்லோரும் நெருங்கியவர்களல்ல. பெரும்பாலோர் தெருவில் சந்திக்கும்போது புன்சிரிப்புச் சிரித்துவிட்டோ கைகூப்பிவிட்டோ போகும் தாமரை இலைத் திவலைகள். அவருடைய பிள்ளை ரங்கூனில் சித்தப்பாவின் வீட்டில் வளர்ந்து வந்தவன். இரண்டு மூன்று வருடத்துக்கொரு முறை விடுமுறைக்காக இங்கு வந்து கொஞ்ச நாள் தங்கிவிட்டுப் போய்விடுவான். அவன் ரங்கூனுக்குப் போன பிறகு இங்கு வந்தது நான்கைந்து தடவைக்கு மேலிராது.

இப்படி, காரும், புஷ்பவனமும், நாகரிகமான பங்களா வும் நிறைந்த பாலையில் அவருடைய வாழ்க்கை கழிந்து கொண்டிருந்தது. நிராசை முழுவதும் அவருடன் குடிகொண்டதன் அத்தாட்சியாக ஒன்றே ஒன்றுதான் சொல்லலாம். இதோ தெரியும் செல்லம்மாளின் புன்முறுவலைக் கண்டு அவர் ஒன்றும் ஓடாமல் நாற்காலியில் தலையைக் கையில் தாங்கிக்கொண்டு உட்கார்ந்து பொருமியதும் பெருமூச்சு விட்டதும் கொஞ்ச நஞ்சமில்லை. ஆனால் நாள் போகப் போக இந்தச் சுமையும் இறங்கி ஒருவாறு நிம்மதி வந்துவிட்டது, கடந்த நாலைந்து வருடங்களாக, இந்தச் சித்திரத்தையும் அதன் புன்முறுவலையும் கண்ட போதெல்லாம் அவர் வேதனைப் படுவதில்லை. இறந்தவர் களின் ஞாபகத்திற்குக் காட்டும் மரியாதையைத்தான் அவர் காட்டினார். காலக்கிரமத்தில் இறந்துபோனவர்கள் தெய்வப் பிறவிகளாகக் கூட ஆகிவிடுகிறார்கள்.

மோட்டாரும் புஷ்பவனமும் நிறைந்த விசித்திர வாழ்க்கைப் பாலையில் நம் சன்யாசி குறிப்பற்றுத் திரிந்து கொண்டிருந்தபோது, எங்கிருந்தோ இந்த அமிர்தம் வந்து அவருடைய நிராசைக் கமண்டலுவைப் பிடுங்கி எறிந்துவிட்டு, ஏன் அவருடைய வழியை மறித்து நிற்க வேண்டும்?

செல்லம்மாள் மௌனமாக முறுவலித்துக் கொண்டிருந்தாள். "இத்தனை வருடம் கழித்து இந்தச் சபலம் எங்கிருந்து உங்களுக்கு வந்தது?" என்று அந்தச் சிரிப்பு வினவிற்று.

முதலியாருக்குப் பதில் சொல்லத் தெரியவில்லை. வெட்கிப் போய் விட்டார்.

அந்தப் புன்சிரிப்பில் நிமிஷத்துக்கு நிமிஷம் கிண்டலும் பரிகாசமும் ஏறின.

"பதினெட்டு வருடம் நிம்மதியாக இருந்த உங்களுக்கு ஏன் இந்தத் தலைவிதி எல்லாம்?"

"அமிர்தத்தின் சொல்லுக்கு அகப்படாத சௌந்தர்யம் அதுதான். அவள் தான் என் நிம்மதியைக் கலைத்தவள்" என்று பதில் சொல்லப் போனவர் "இல்லை இல்லை! நானாகத்தான் போனேன். அவளா என்னைக் கூப்பிட்டாள்?" என்று தலை குனிந்துகொண்டே பதில்சொன்னார்.

புன்முறுவல் சொல்லிற்று:

"மனிதன் மாறாட்டத்திற்குப் பெயர் போனவன்."

செல்லம்மாள் உலவிய வீட்டில் இன்னொருத்தியை இட்டு வந்து மனைவி என்று அழைக்க மனம் இல்லை என்று சொன்ன மகா வாக்கியங்களை எந்தக் காற்று அடித்துக் கொண்டு போயிற்று?—

"ஓகோ! கல்யாணம் பண்ணிக்கொண்டால் தானே மனைவி? இல்லாவிட்டால் இல்லையே என்ற எண்ணம் போலிருக்கிறது!"

இந்த மாதிரி சோர்ந்து உட்கார்ந்திருந்தவரை காலத்திற்குப் பிரதிநிதியாக வந்த அது, விடாமல் அவர் நெஞ்சை இணைத்து வைத்து அறுக்கத் தொடங்கிவிட்டது.

என்னமோ நினைத்துக் கொண்டவர், மேஜையிலிருந்த காலைக் கீழே போட்டு, டிராயரை இழுத்து, காகிதத்தையும் மசிக் குப்பியையும் எடுத்து வைத்துக் கொண்டு எழுத ஆரம்பித்தார்:

"அன்பார்ந்த அமிர்தத்திற்கு, இந்த ஊரில் ஒரு மூலையில் ஒரு நாடோடியின் சுகத்துடன் என் வாழ்க்கை போய்க்கொண் டிருந்தது. ஏதோ தெய்வச் செயல்! உன்னைப் பார்த்தேன். என் நிம்மதி குலைந்துவிட்டது. காரணம் உன் அழகுதான் என்று சொல்லத் தேவையில்லை. நீ என்னை இழுத்து விட்டாய். ஆனால், இப்பொழுது தெரிகிறது. நீ இழுக்கவில்லை. நானாகத்தான் சபலத்தில், படுத்த படுக்கையாகக் கிடந்த என் உணர்ச்சிகளுக்கு மருந்து கொடுத்து நடமாடச்செய்து, உன்னை அணுகச் செய்தேன் என்று. நீ அதைப் புன்சிரிப்புடன் ஏற்க வில்லை. எப்படி மனசு வரும்?

"நீ என்னை இழுக்கவில்லை என்று நான் சொன்னது கூடத் தவறுதான். உன்னிடம் இழுக்கும் சக்தி இருக்கிறது. அழகிற்கு இழுக்கும் உரிமை உண்டு. அது இழுக்காமல் இராது, இருக்கவும் முடியாது. ஆனால் இதற்காகக் கண்டவர்களெல்லாம் அதில் போய் விழ வேண்டும் என்பது எப்படி சாத்தியம்? உலகம் முழுவதும் நாமிருக்கும் தண்ணீரை அனுபவிக்கும்போது, நாமும் ஏன் இந்த சூரிய கிரணத்தில் உட்காரக் கூடாது என்று கேட்கும் மீனுக்கும் எனக்கும் வேற்றுமையே இல்லை. நானாகத் தவறி விழுந்து விட்டேன் உன்னுடைய இழுப்பில்.

"என் வயதைக் கண்டால் நானும் நீயும் சேர்வ தென்பது ஒரு கனவு. சந்திரன் சூரியனை விரட்டிப் பிடிக்க முயலுவது போல் இருக்கிறது, இது நடக்காத காரியம்.

"ஆனால், நீ ஒன்று மட்டும் சொல்லியிருக்கலாம். உன் அன்பிற்கு நான் தக்கவனல்லவென்று என் முகத்திற்கு நேராகச் சொல்லியிருக்கலாம். ஆனால் நீ குழந்தை, அந்தத் தாயின் குழந்தை!"

"எந்தப் பணத்தினால் உன்னை அடைந்துவிடலாமென்று சாமான்ய விடர்களைப்போல் நினைத்து உனக்குக் கொடுத்தேனோ, அந்தப் பணத்தை உன்னிடமிருந்து திரும்பவும் நான் எதிர்பார்க்கவில்லை. திவ்ய சுந்தரியான உனக்குக் காணிக்கையாகக் கொடுத்தது தான் அது! ஒரு துளி!

"அமைதி நிறைந்திருந்த உன் உள்ளத்தில் இரண்டு மூன்று நாளாக எழுந்த பெரும்புயல், விம்மல், கண்ணீர் இதற்கெல்லாம் காரணமாகி விட்டேன். மன்னிக்க வேண்டும்!

"எனக்கு வயது அதிகமாகவில்லை. ஆனால் உன்னை ஒருபெண்ணைப்போல் பார்க்கும் வயதாகி விட்டது.

"வேறு ஏதோ பாக்கியவான் உன்னை அடையக் கொடுத்து வைத்திருக்கிறான். அவனைக் கண்டு அசூயை பட உரிமையோ நியாயமோ எனக்கில்லை. உன் அன்பிற்குப் பாத்திரமாகிறவன் மகாபுருஷனாக இருக்க வேண்டும். அவனை ஒரு புத்ரனை நேசிப்பதுபோல் நான் நேசிக்கக் கடமைப் பட்டிருக்கிறேன்."

இப்படிக்கு,

சபேச முதலியார்.

கடிதத்தை இரண்டு மூன்று முறை திரும்பத் திரும்பப் படித்து விட்டுக் கவரில் போட்டு ஒட்டி விலாசம் எழுதிய பிறகுதான் அவர் நாற்காலியில் சாய்ந்தார். கடிதத்தை ஒட்டும்பொழுது

தன்மனுஷ்யத் தன்மையை ஒரேமூச்சில் உயர்த்திக்கொண்டு விட்டதாகத் திருப்தி வந்தது அவருக்கு. மறுபடியும் எதிரே தொங்கும் செல்லம்மாளைப் பார்த்தார். "இப்பொழுது திருப்தி யாயிற்றா?" என்று கேட்பதுபோல. அந்தப் புன்முறுவல் பழையபடி தவழ்ந்தது. தன் உறுதியைக் கண்டு அவள் பூரிப்பதாக அவருக்குத் தோன்றிற்று.

இனி, கடிதத்தைக் கொடுத்தனுப்பி விட்டால் இருக்கிற கொஞ்சம் சுமையும் ஹ்ருதயத்திலிருந்து இறங்கி விடும்.

"ஏய், ரத்னம்!" என்று கூப்பிட்டார். பதிலில்லை.

"ஏய் ரத்னம்!"

அறைக்கு வெளியே வந்த சப்தம் கூடத்தில் எதிரொலித்தது.

இப்பொழுதும் பதில் வராமல் போகவே, அறைக்கு வெளியே கூடத்திற்கு வந்து மறுபடியும் கூப்பிட்டார்.

"வந்துட்டேங்க" என்று ரத்னம் ஓடி வந்தான். "காதிலே விழுந்ததுங்க, ஆனா யாரோ வந்திருக்காங்க – மிருதங்கம் அடிப்பாரு பாருங்க. ஒருத்தரு, சிகப்பா, உசரமா, ரட்டை நாடியா, துண்ணூறு பூசிக்கிட்டிருப்பாரு பாருங்க, அவங்க வந்திருக்காங்க."

"யாரு?"

"வரச் சொல்றேனுங்க" என்று வெளியே போனான் ரத்னம்.

அவன் போனதும் ராஜுப்பிள்ளையின் கம்பீரமான தோற்றம் உள்ளே நுழைந்தது. நெற்றியை அடைத்து விபூதி. மலையாளத் துண்டால் போர்த்தியிருந்த உடம்பு – இப்பொழுதுதான் ஸ்னானம் செய்துவிட்டு வருபவர்போலிருந்தது.

"வரணும் வரணும்" என்று முதலியார் வரவேற்றார். இருவரும் கூடத்திலேயே உட்கார்ந்து கொண்டார்கள்.

"எங்கே இப்படி அபூர்வமாய் வந்தது?"

"ஒன்றுமில்லை, தெருவாசலோடு போய்க்கொண்டிருந்தேன். வழியில் உங்களைப் பார்த்து விட்டுப் போகலாமென்றுதான். பெரிய ரத்னம் உங்களுக்குக் கிடைச்சிருக்கு!"

"என்ன?"

"ரத்னமென்றால் புரியாது போலிருக்கு, அமிருதம் என்று சொல்லவேண்டுமா?" என்று பிள்ளை சிரித்தார்.

"ஓகோ அதுவா?"

"என்னமோ அந்த அழகு நான் மனுஷ்யர்களிடமே பார்த்ததில்லை. படிப்பிலே ரொம்ப ருசி அதுக்கு. புத்தியும் நல்ல புத்தியாக ஆண்டவன் அருள் பண்ணி யிருக்கிறான். நான் என்னமோ கவலைப்பட்டுகொண்டிருந்தேன் பாவிகள் கண்ணில் பட்டுவிடப்போகிறதே என்று. இந்தக் குஜலம் இருக்கே, அது ஒரு கிறுக்கு. ஆண்டவன் லக்ஷ்மி மாதிரி ஒரு பெண்ணைக் கொடுத்திருக்கிறான். அதை யாரானாலும் அசுரப் பயல்கள் கையிலே கொடுத்துவிடப் போகிறாளே என்று பயம் எனக்கு. அவளுக்குத்தான் பணம் என்றால் போதுமே? நல்ல வேளையாக நீங்க வந்து அந்தப் பெண்ணுக்கு ஒரு கை குடுத்திட்டிங்க. எனக்கு என்னமோ நிதி கண்டாற்போல இருக்கிறது," என்று ராஜுப்பிள்ளை உணர்ச்சியுடன் பேசிக் கொண்டிருந்தார்.

முதலியார் புன்முறுவலுடன் கேட்டுக்கொண்டேயிருந்தார். ஆனால் புன்முறுவலோடு வரும் ஒளி மட்டும் கண்களில் இல்லை. விழிகள் வறண்டு போய் ஏங்கிக் கொண்டிருந்தன. அவரறியாமலேயே அவருள்ளத்தில் எழும்பிய உறுதிமதில் சரிந்துகொண்டிருந்தது.

ராஜுப்பிள்ளை சொன்னார். "என்னமோ இரண்டு பக்கமும் அதிர்ஷ்டம் இருக்கு. இல்லா விட்டால் இது மாதிரி பொருத்தமாகச் சேருமா? ஏதோ ஆண்டவன் செயலால் தகுந்த இடத்திற்கு வந்து விட்டது. ஆனால் நான் வந்த முக்கிய காரியம் இதுதான். நீங்கள் அதைக் கல்யாணமாகச் செய்து கொண்டுவிடுங்கள். குடும்ப வாழ்க்கைமாதிரி நடத்தவேண்டும். என்னமோ ஆண்டவனுக்கா தெரியாது? அவன் முடிபோட்டால் அது சரியாகத்தான் இருக்கும் – நான் சொல்லுகிறது சரிதானே?" என்று முடித்தார் ராஜுப்பிள்ளை.

"நல்லாயிருக்கு, எல்லாம் பெரியவர்கள் சொல்வது சரியில்லாமலா இருக்கும்!" முதலியார் கண்களில் ஏதோ நிச்சயத்திற்கு வந்ததன் ஒளி திகழ்ந்தது.

'அப்போ, நான் வருகிறேன்' என்று உத்தரவு பெற்றுக் கொண்டார் ராஜுப்பிள்ளை.

அவர் முதுகு மறைந்ததுதான் தாமதம். கடிதத்தைக் கவரோடு கிழித்துப் பொடியாக்கிவிட்டார் முதலியார்.

“கூப்பிட்டீங்களே?” என்று கேட்டுக் கொண்டே ரத்னம் வந்து நின்றான்.

“எப்போ?”

“அவங்க வரத்துக்கு முன்னாடி!”

“அப்பவா, இதைக் கொண்டு குப்பைக் கூடையில் போடணும்னு கூப்பிட்டேன்,” என்று அவன் கையில் கொடுத்தார் அந்தக் கிழிசல்களை.

கிழிந்துபோன உறுதியைக்கொண்டு அவன் குப்பைக் கூடையில் போட்டுவிட்டு, மறுபடியும் சுவரோரமாகச் சப்பளங்கட்டி உட்காரப் போனான். அவர் உள்ளேபோய் விளக்கை அணைத்துவிட்டுப் படுக்கையில் விழுந்தார். அறையை இருள் கவ்விற்று. செல்லம்மாளின் படம் புன்சிரிப்பு எல்லாம் இருளில் லயித்துவிட்டன. படுத்துக் கொள்ளுமுன்மட்டும் அவர் பார்த்திருந்தால் ‘இவ்வளவுதானா மயான வைராக்யம்!’ என்று அதே புன்சிரிப்புக் கூறியிருக்கும். ஆனால் அவர் அதைப் பார்க்கவில்லை. தூக்கத்திலும் இருளிலும் தன்னை மறைத்துக் கொண்டுவிட்டார்.

# பிலஹரி ராகம்

உறுதியைக் கிழித்துக் குப்பைக் கூடையில் போட்ட முதலியார் நிம்மதியாக உறங்கிக் கொண்டிருந்தார். நடு நிசி. அந்த ஆழ்ந்த நிசப்தத்தில் தோட்டத்து மாமரங்களும் மகிழமரமும் சலசலத்துக் கொண்டிருந்தன.

"முதலியார்வாள்! முதலியார்வாள்!" என்று யாரோ கூப்பிட்டார்கள். ராஜூப்பிள்ளையின் குரலைப்போல் இருந்தது. இந்த நடுநிசியில் ஏன் தன்னை அவர் கூப்பிட வேண்டும்?

"என்ன விசேஷம்?"

"எல்லாம் விசேஷம் தான். நான் வந்திருக்கா விட்டால் அந்தக் கடிதத்தை அமிர்தத்திற்குக் கொடுத்து அனுப்பியிருப்பீர்கள். நான் வந்தது நல்லதாய்ப் போச்சு. இல்லையா?" என்று புருவத்தைத் தூக்கிப் புன்சிரிப்புடன் கூறினார் ராஜூப்பிள்ளை. உடனே எழுந்து "சரி, நான் வருகிறேன்," என்று அவசரமாக வாசல் வரையில் போய் விட்டார். "வந்தவுடனே போகிறீர்களே!" என்று முதலியார் அவர் பின்னால் பாதி நடையும் ஓட்டமுமாகப் போனார். ஆனால் அவரைக் காணவில்லை.

முதலியாரின் உறக்கம் கலைந்தது. பக்கத்தில் தலைப் பக்கம் தடவிப் பார்த்தார். மெத்தைக் கட்டிலின் தலைப் பக்கத்துச் சட்டம். கண்டது வெறும் கனவு.

வெளியே தோட்டம் சலசலத்துக் கொண்டிருந்தது. வேறு ஓசையே இல்லை.

ராஜு ப்பிள்ளையை நினைக்காமல் இருக்க முடியவில்லை அவருக்கு. மதி சுழன்றாடும் உயரத்திலிருந்து தவறி விழப் போகிறவனைத் தற்செயலாய் வந்த மகான் கட்டிப் பின்னுக் கிழுத்தது போலத் தோன்றிற்று அவருக்கு. கடைசியாகக் கடிதத்தை அனுப்பப்போகும் சமயத்திற்கு அவர் ஏன் வரவேண்டும்? ஆடி விழும் விச்வதர்மத்தைத் தூக்கி நிறுத்த அவதரிக்கும் மகா புருஷனைப் போல் ராஜு ப்பிள்ளை ஏன் வந்து தன் முட்டாள் தனமான உறுதியைத் தகர்க்க வேண்டும்? சரிதான், அமிர்தத்தை எனக்காகத்தான் தெய்வம் அனுப்பியிருக்கிறது. இல்லாவிட்டால் சும்மா இருக்கும் என்னை ஏன் அவள் வீட்டிற்கிழுத்துச் செல்லவேண்டும்? இத்தனை நாளாகப் புன்சிரிப்புச் சிநேகிதராகமட்டும் இருந்த ராஜு ப்பிள்ளை ஏன் மெனக்கெட்டு வந்து எனக்கு வாழ்த்துக் கூற வேண்டும்? தெய்வம் புகுந்து சொல்வதுபோல, நீங்கள் அவளைக் கல்யாணம் செய்து குடும்பமாக இருங்கள் என்று சொன்னாரே, ஏன்? பொருத்தமாகத்தான் ஜோடி சேர்ந்திருக்கிறது என்று பிள்ளை சந்தோஷப் படுவானேன்? அமிர்தம் நான், நான் – அமிர்தம். ராஜு ப்பிள்ளைக்குத் துளிகூட அசூயை கிடையாது.

இப்படி அவர் ராஜு ப்பிள்ளையைப் போற்றிக் கொண்டிருந்தார்.

ஜன்னலோரமாக வளர்ந்திருந்த மல்லிகை புதரிலிருந்து மணம் விட்டுவிட்டு அறைக்குள் வீசிக் கொண்டிருந்தது. அந்த மணத்தைப் போல் சொல்லுக்கெட்டாத இன்பம் அவர் உள்ளத்தை நிறைத்து வழிந்தது. லேசாகத் தான் இருந்தது மல்லிகையின் மணம். திடீரென்று மாமரத்து இலைகளின் சலசலப்பைப் பெருக்கி ஒரு காற்று வீசும். அப்பொழுதெல்லாம் அந்த வாசனையும் கடலோரத்து அலைமாதிரி பெருகி மோதிவிட்டு அடங்கிவிடும். முதலியார் மனதில் ஒரே அமைதி. அதன் நடுவில் அகோசரமான இன்பப் பெருக்கு ஊறிக் கொண்டேயிருந்தது.

அவர் ஜன்னல் பக்கமாகப் பார்த்தார். தோட்டக்காரனின் குடிசையிலிருந்து விளக்கு வெளிச்சம், இலைகளின் சலசலப்புக் கிடையில், சுவர் கோழியின் ஙீ ஙீ ஙீ ஙீ என்ற நான்கு அக்ஷரப் பல்லவிக்கிடையில், மௌனமாக வந்து கொண்டிருந்தது. இந்த நடு நிசியில் ஊர் முழுவதும் இருட்டின் மடியில் படுத்துறங்கும்போது குடிசை விளக்கு விழித்துக் கொண்டிருக்கும் காரணம் அவருக்குப் புரியவில்லை. ஆனால் நடுத் தூக்கத்தில் எழுந்திருக்கும் வழக்கம் அவருக்குக் கிடையாது. நல்ல திடசரீரி. கவலை யில்லாமல் சந்நியாசி வாழ்க்கை வாழ்ந்தவர்.

அவர் படுக்கையில் எழுந்து உட்கார்ந்து கவனித்தார். குடிசை விளக்குக்குப் பின்னால் ஒரு தலை தெரிந்தது. வெள்ளை வெளேரென்று பூ; முகம் திரும்பிற்று. பக்கவாட்டில் திரும்பிய போது அவர் நன்றாகக் கவனித்தார். தோட்டக்காரன் வீரமுத்துவின் பெண்சாதி ராமு. அவளுடைய உதடு அசைந்தது. அறைக்கு இருபது கஜ தூரத்தில், தலைமுறை தலைமுறையாக நிற்கும் ஒரு ஜாம்பவான். மாமரத்தடியில் ஒரு சிமிட்டி சோபா உண்டு. அந்தக் காதலர்கள் அங்குவந்து உட்காரும் போது சிமிட்டுப் பலகையின் சிலுசிலுப்பு முதலியாரின் உடலைத் தூக்கி வாரிப் போட்டது; ஆனால் அந்த இரு ஜீவன்களும் காதலின் கதகதப்பில் சிமிட்டுப் பலகையின் சிலுசிலுப்பைக் கவனிக்கவில்லை.

முதலியார் காது கொடுத்துக் கேட்டார். குருடன் காது மாதிரி அவர் காதும் ரகசியங்களைத் தெளிவாகக் கேட்கும் சக்தியைப் பெற்றது. நடுநடுவே தேய்ந்துபோன குசுகுசுப்புக்களை புது யௌவனம் பெற்ற அந்தப் பெரியவர் கற்பனையால் கிரகித்துக் கொண்டார்.

அவர்களுடைய ப்ரேம ரகசியங்களை அபினயம் பிடிப்பது போல இலைகள் சலசலத்தன. அவர்கள் தான், இயற்கை இலைவழியே பேசும் ரகசியங்களைப் பேசிக் காட்டினார்களோ என்னவோ? தெரியவில்லை. முதலியாருக்கு முக்கால் பேச்சு காதில் விழவில்லை. நடுநிசியின் மறைவை நம்பி, இன்புறும் அவர்கள் பேச்சைப் பிறர் காதில் விழாமல் செய்ய விரும்பி, சலசலப்பால் இயற்கை அதை அடக்கிற்று.

ஒரு உரத்த பேச்சு.

"பின்னே என்ன? இந்தப் பூவைத் தலையிலே வக்காமே செடியிலே வெச்சு அளகு பார்க்கணுமோ? அப்படி யசமான் கண்டுக்கிட்டுக் கடிஞ்சா கடிஞ்சிக்கிட்டும் போ" என்றது ராமுவின் குரல். சற்று உரக்கவே பேசி விட்டாள். வீரமுத்து அவள் வாயைப் பொத்தி முதலியாரின் ஜன்னல் பக்கம் கையைக் காட்டி எச்சரித்தான்.

"தினமும் பூவைப் பறிச்சி உன் தலையில் வச்சுக்கிட்டா யசமான் கடிஞ்சுக்க மாட்டாங்களா?" என்று கேட்டிருக்கிறான் போலிருக்கிறது. "அட முட்டாள், இதற்கு இல்லாமல் என் தோட்டத்துச்செடிகள் பூத்தால் என்ன, பட்டால் என்ன?" என்று தனக்குள்ளேயே சொல்லிக் கொண்டார் முதலியார்.

வீரமுத்து என்ன சொன்னானோ, ராமு எழுந்து போய்க் குடிசைவிளக்கை அணைத்துவிட்டாள். இருட்டில் காதலர்கள்

மறைந்துவிட்டார்கள். முதலியார் இருட்டைத் துளைத்துப் பார்த்தார். ஒன்றும் தெரியவில்லை. கேட்கவுமில்லை.

சற்று நேரம் கழிந்தது.

"ஆமாம். கைகாட்டிவிசை இளுக்கறாப்பலே இளுங்க. அப்பா, அப்பா! தோள்பட்டை குரக்களி வாங்கிரிச்சு!" என்று இருட்டிலிருந்து உரத்த குரல் வந்தது.

முதலியாருக்குச் சிரிக்காமல் இருக்கமுடியவில்லை. வாயில் துண்டை வைத்துக்கொண்டு சிரித்தபடியே தலையணையின்மீது மல்லாந்து விழுந்தார். ஆனால் பத்து பேருக்கு நடுவில் ஹாஸ்யத்தை வாசிப்பவன் சிரிப்பையடக்கத் திண்டாடுகிற மாதிரி, அவர் வந்த சிரிப்பை அடக்க முடியவில்லை. இருட்டுத்தான், தானே சிரித்துக் கொள்ளும் அந்தப் பைத்தியத்தைப் பார்த்துக்கொண்டிருந்தது.

முடியும்மட்டும் சிரித்தாய்விட்டது. ஸ்வாதீனத்திற்கு வந்த பிறகு அவர் ஜன்னல் பக்கம் பார்த்தார். சிமிட்டு சோபாவை இருள் விழுங்கியிருந்தது. காற்றில் வரைந்த சித்திரம்போல மாமரத்துக் கரிய இலைப்பரப்பு வானத்தில் காணப்பட்டது. இலைவழியாக ஒரு நக்ஷத்திரம், கூச்சம் தெளியாத குழந்தை மாதிரி; எட்டிஎட்டிப் பார்த்து மறைந்து கொண்டிருந்தது.

காதலர்கள் குடிசைக்குப் போய்விட்டார்கள் போலிருக்கிறது. தோட்டத்துக் காற்றின் ஓசையும் கேட்க கோழியின் பாட்டையும் தவிர ஒரு ஓசையையும் கேட்க முடியவில்லை. முதலியார் படுத்துக்கொண்டு கண்ணை மூடினார். சற்றுநேரத்தில் உறக்கத்தில் ஆழ்ந்துவிட்டார். தோட்டத்துச் சலசலப்புகூட உறங்கிவிட்டதுபோல் தோன்றிற்று.

இரண்டு மூன்று மணிநேரம் ஆயிற்று. நடுநிசியின் மோனத்தில் "அமிர்தம்! அமிர்தம்!" என்று யாரோ கூப்பிடும் குரல் கூடத்திலும் தோட்டத்திலும் எதிரொலித்தது. முதலியார் எழுந்து குரலைப் பின்தொடர்ந்தார். குரல் கேட்டைத் தாண்டிப் போயிற்று. அவரும் போய் கொண்டிருந்தார். கடைத்தெருக்கள், வீதிகள் — எல்லாவற்றையும் கடந்து ஊருக்கு வெளியே வந்துவிட்டார். ஒரு எல்லையற்ற பாலையைப்போல் ஒரு அகண்டமான புல்வெளி. கண் விழும் கோடியில் அடிவானமும் புல் வெளியும் ஒன்றுகலந்திருந்தன. உச்சியிலிருந்த சந்திரன் நிலவைப் பொழிந்துகொண்டிருந்தான். எல்லையற்ற வெளியில் பசும் புல்லெல்லாம் நிலவில் மின்னிற்று. ஊரைக் கடந்து அந்தப் புல் கடலின்முன் முதலியார் நின்றபோது, அமிர்தம் என்று கத்திய குரலோடு பல குரல்கள் கலந்து கொண்டன. திசைக்குத்திசை, மூலைக்கு மூலை, 'அமிர்தம்' என்ற குரல்கள் எழுந்து, ஒரே சுருதி

அமிர்தம் 55

நாதமாக உருகியோடின. அந்த இனிமை அவ் வகண்ட வெளி முழுவதும் பெருகி வழிந்து கொண்டிருந்தது. அவருக்கு மெய் சிலிர்த்தது. மேலே பார்த்தார், வானத்தில் சந்திரன், இரண்டு நக்ஷத்ரங்களைத் தவிர ஒன்றையும் காணவில்லை. இவர் நிமிர்ந்து பார்த்ததும் சந்திரனுக்கு அருகில் இருந்த மங்கல் நக்ஷத்திரம் திடீரென்று மறைந்துபோயிற்று. வியந்து கொண்டே நின்றார் அவர். மறுபடியும் வெளியைப் பார்த்தார். இரண்டு தென்னை மரங்கள் மட்டும் உயர்ந்து வளர்ந்திருந்தன. அந்தப் பாலையின் சூன்யத்தை எடுத்துக் காட்டுவதற்காக வந்து நின்றவை போலத் தோன்றின. அவைகளின் மின்னும் கீற்றிலிருந்து குறுத்துச் சங்கிலியில் ஊஞ்சல் ஒன்று தொங்கிற்று. அதில் ஒரு யுவன், ஒரு யுவதி, யுவன் குழலை இதழில் வைத்து இனிமை இசைத்துக்கொண்டிருந்தான். "அமிர்தம்! அமிர்தம்! அமிர்தம்!" அந்த இனிய கோஷத்துடன் லக்ஷக்கணக்கான குரல்கள் கலந்துகொண்டன. விண்ணின் நீலத் திரைக்குப்பின் மறைந்திருந்த நக்ஷத்திரங்கள் தான் அந்த கோஷத்தை எழுப்பினவோ என்னவோ! முதலியார் ஊஞ்சலை அணுகினார். அரைத்தென்னை உயரத்தில் அது தொங்கியதால் நிமிர்ந்து பார்த்தார். அந்த ஊஞ்சலில் உட்கார்ந்திருந்த மோகினி வேறு ஒருவருமில்லை. அமிருதம்! அவருடைய அமிர்தம்தான்! அவரைப் பார்த்ததும் அவள் முறுவலித்தாள். அவரும் பதிலுக்குப் புன்னகை பூத்தார். ஆனால் அதில் ஏக்கம் தோய்ந்திருக்கிறது. அவள் பக்கத்தில் உட்கார்ந்து குழலைக் கொஞ்சிக் கொஞ்சி இனிமை இசைக்கும் இளைஞன் யார்? அவர் குழப்பத்தினால் ஏங்குவதைப் பார்த்ததும் அமிர்தம்–

"இவனைக் கண்டு பொறாமைப்பட வேண்டாம். இவன் தேவன். உங்களிடம் என்னை ஒப்படைக்க வந்திருக்கிறான்," என்று அவருடைய வயிற்றில் பாலைவார்த்தாள். "ஹா" என்று அவர் ஊஞ்சலில் பாய்ந்து உட்காருவதற்காகக் கையை விரித்தார்.

அவ்வளவுதான். தேவனைக் காணவில்லை. அவனிருந்த இடம் காலியாயிருந்தது. ஆனால் அந்தக் குழலோசை மட்டும் தேயவில்லை. தெளிவாகப் பெருகிக் கொண்டே இருந்தது. ஆனால் இப்பொழுது சந்திரனைப் பார்க்க முடியவில்லை. அதன் ஒளி பெருகிப் பெருகி அதன் கிரணத்தில் சூடு ஏறி, சூரியகிரணமாக மாறிக் கண் கூசிற்று.

முதலியார் கண் விழித்தார். கண்ணை இரண்டு மூன்று தரம் கசக்கினார். மாவிலை இடுக்கால் ஜன்னலில் பாய்ந்த காலைச் சூரியனின் ஒளி கண்ணை உறுத்திற்று.

"ஹம், ஸ்வப்பனம்தானா!" என்று ஏமாற்றத்துடன் கந்தர்வலோகத்துப் புல்வெளி நிலவிலிருந்து இறங்கினார்.

பொழுது விடியும் வேளையில் மகாகவிகளுக்கெல்லாம் அகப்படாத கற்பனைகள் – விசித்திரக் காட்சிகள் – நம் கண்முன் எழுகின்றன. ஆழ்ந்த உண்மைகள், எதிராளியின் வாயைப் பொத்திவிடும்படி நாம் புரியும் சமத்காரமான வாதங்கள் – எல்லாவற்றையும் நினைத்துப் பார்த்தால் பிரமை தட்டுகிறது. ஆனால் தூக்கம் கலைந்ததும் நாமடையும் ஏமாற்றத்திற்கு அளவே இல்லை. அந்தச் சிற்ப லோகங்களை மீண்டும் காணக் கண்ணை மூடிமூடிப் பார்க்கிறோம். ஆனால் போன காற்றைப் போல் ஒன்றும் திரும்பவே மாட்டேனென்கிறது. முதலியார் கண்ட கனவும் நிலவும் திரும்பி வரவில்லை.

ஆனால் அந்த இசைமட்டும் இன்னும் கேட்டது. அது புல்லாங்குழலா? இல்லை, நாயனம். கந்தர்வன் ஊதிய குழலில்லை, மேளக்காரன் ஊதும் குழாய், பூவைச் சுற்றிச் சுற்றிவரும் வண்டைப்போல, பிலஹரி ராகத்தின் தைவதத்தை வட்டமிட்டுக் கொண்டிருந்தான் நாதஸ்வரக்காரன்.

ஜன்னல் பக்கம் கண்ணைக் கசக்கிப் பார்த்தார். கிழக்கு வானத்தின் கன்னம் முழுவதும் சிவந்திருந்தது. நாணத்தின் மறைவினூடே பொலியும் அழகைப்போல், இலைகளூடே வந்தசெவ்வானத்தின் எழில் கண்ணைப்பறித்தது. வாழ்க்கையில் நம்பிக்கையூட்டும் அந்தக் காலையில், தூய்மை, ஊட்டும் அந்தக் காலையில், நிம்மதி நிரம்பிய அந்தக் காலையில் பிலஹரி ராகம் ஆறுதலளித்துக் கொண்டிருந்தது. பிலஹரி ராகம் கவலைக்கு ஒரு மூலிகை. ஆழமாகக் கிடக்கும் புண்களைத் தடவி ஆற்றும் தேவஸ்பரிசம் அதன் மெல்லிய கரங்களில் எப்படியோ அமைந்திருக்கிறது. துவண்டு கிடக்கும் அங்கங்களில் அது செயலைப் பாய்ச்சுகிறது.

அதே தெருவில், எத்தனையோ முறைகள் அந்தப் பிலஹரி ராகத்தை அவர் கேட்டதுண்டு. ஆனால் அன்று காலை அது என்னமோ புதுப்புது அர்த்தங்களைக் காட்டிற்று.

யார் வீட்டிலோ கல்யாணம். பிலஹரி ராகத்திற்கிடையில்; வேதமந்திரங்களுக்கிடையில், போவார் வருவோரின் இரைச்சலுக் கிடையில், அக்னியின் புகைக்கிடையில் தம்பதிகள் உட்கார்ந்திருக்கிறார்கள். நாணமே உருவெடுத்திருக்கிறாள் மணமகள். விரலில் தர்ப்பை மோதிரம், சந்தன – குங்குமப்பொட்டுகள். மொடமொடவென்று புதுஜரிகை வேஷ்டி, பளபள வென்று சீவிவிட்ட கிராப்பு–இப்படி மணமகன். இந்த மாதிரி அவர் பார்த்திருக்கும் பல மணக்கோலங்களில் ஒன்று இப்பொழுது அவர் கண்முன் நின்றது.

யார் வீட்டில் கல்யாணம்? ஓஹோ! ஹோ! அவர் போகவேண்டிய கல்யாணம்தான். அந்தப்பத்திரிகைகூட கடித அடுக்கின் மேலேதான் இருக்கிறது. அவர் அதை எடுத்துப் பார்த்தார். எட்டு மணிக்கு முகூர்த்தமாம். உடனே அவர் பரபரவென்று எழுந்து பல்லைத் தேய்த்து ஸ்நானத்தை முடித்தார். உடையைத் தரித்துக் கொண்டதும் கண்ணாடிமுன் ஒரு முறை வந்து நின்றார்.

ஆஜானுபாகுவாகப் பளபள வென்றிருந்தது தேகம். தலைமயிரின் மினுமினுப்பை வயது குலைத்துவிட்டது. ஆனால் ஒரு நரை கூட இல்லை. முன்தலையில் மட்டும் லேசாக வழுக்கை விழுந்திருந்தது. வைரம் பாய்ந்தமார்பு. திரண்ட தோள்பட்டை.

தன் பிம்பத்தைப் பார்த்து ஒரு புன்சிரிப்புச் சிரித்து விட்டுக் கல்யாண வீட்டிற்குக் கிளம்பினார். எத்தனையோ கல்யாணங் களைச் சாயங்காலம் கூட்டம் கலைந்த பிறகு அவர் பிறகு போய் விசாரித்ததில்லையா? இப்பொழுது புது யௌவனம் அவரைக் காலம் தவறாமல் இழுத்துப் போயிற்று.

கூடத்தில் ஒரு பக்கமாக மேளக்காரன் நாட்டைக் குறிஞ்சி வாசித்துக் கொண்டிருந்தான். ஒரே இரைச்சல்; “ம்ம்! கெட்டிமேளம்!” என்று ஒரு சத்தம். “பிபீபிபீ” ஒரே பூ பூ வாக உதிர்ந்தது. தம்பதிகளின் பெற்றோர்கள் கண்ணீர் உகுத்தார்கள். முதலியாருக்கு மெய்சிலிர்த்தது.

வாழ்க்கையில் ஒரேமுறை அனுபவிக்கும் இன்பம். மறுபடியும் அந்த இன்பத்தை மல்லிகை மணத்திற்கிடையே அவரும் அடையப் போகிறார்.

கல்யாண வீட்டிலிருந்து வெளியே வரும்போது, “முதலியார்வாளா? நான் உள்ளே பார்க்கவேயில்லை?” என்றது ஒரு பழக்கப்பட்ட குரல்.

ராஜூப்பிள்ளை புன்சிரிப்புடன் தேங்காய், பழத்துடன் நின்று கொண்டிருந்தார்.

“ஓஹோ! ஹோ! வாங்க!”

“வீட்டுக்குத்தானே?”

“ஆமாம்.”

பேசாமல் நடந்து வந்தார்கள். “என்னமோ பாருங்கள். எனக்கு ஒரு கல்யாணத்திற்குப் போனா, கண்ணிலே ஜலம் வந்து விடுகிறது. அதுவும் ‘நிரவதிசுகத’ வாசித்து மாங்கல்யம் கட்டும்போது, அப்பா, உடம்பெல்லாம் புல்லரிச்சுப் போகிறது.

மறுபடியும் அதுமாதிரி இருந்தால் தேவலை போல இருக்கு! என்ன முதலியார்வாள், எப்படி கிழவன் ஆசை?" என்றார் பிள்ளை.

"நான் நினைப்பதையே சொல்லுகிறீர்களே? அதைத் தான் சொல்லணும் என்று நானும் நினைத்துக் கொண்டிருந்தேன். நீங்கள் முந்திக் கொண்டு விட்டீர்கள்."

"நீங்கள் நினைப்பதில் ஒன்றும் ஆச்சரியமில்லை. ஆனால் உங்கள் ஆசை, கிழவன் ஆசை இல்லை. சீக்கிரமே நிறைவேறப் போகிறது. நானும் வந்து பார்த்துவிடப் போகிறேன். பிலஹரி ராகம் வாசிக்கும்போதே வந்து விடுவேன்!" என்றார் ராஜுப்பிள்ளை.

முதலியார் அப்படியே திகைத்து விட்டார். திகைப்பை மறைக்க, பிரம்மப்பிரயத்தனம் செய்ததில் அவர் பதிலே சொல்லவில்லை.

அதற்குள் அவர் வீடுவந்துவிட்டது. "நான் உத்தரவு வாங்கிக் கொள்கிறேன்!" என்று கும்பிட்டுவிட்டு மேலே நடந்து போனார் ராஜுப்பிள்ளை.

இரும்புக்கேட்டைத் திறந்தபோது, "பிலஹரி ராகமாவது! நாதஸ்வரமாவது! இந்தப் பரம்பரையில், அதுவும் சபேசனா! – இப்படி ஊரறிய – மேளத்தைக்கொட்டி – அவளைக் கல்யாணம் பண்ணிக் கொள்வான்? அதுவும் தாசியையா? நல்ல! மனிதர் ராஜுப் பிள்ளை! குலத்தை உயர்த்தும் ஒரே தியானம் தான் அவருக்கு! நம் மனது அவருக்கென்ன தெரியும்? பிலஹரி ராகத்தின்போது வந்து விடுவாராம்! பிள்ளைவாள்! நீங்கள் வாருங்கள். ஆனால் பிலஹரிராகத்தைக் கேட்டுச் சிலிர்க்க முடியாதே!" என்று எண்ணமிட்டுக் கொண்டே உள்ளே போனார். ரத்னத்தைப் பார்க்கக்கூட அவருக்குத் தைரியமில்லை. ரகசியத்தைத் தன் முகத்திலிருந்து அவன் அறிந்து விட்டால் –?

## புகைப் படலம்

கூடத்தின் நடுவில் உட்கார்ந்து அமிர்தம் தலையாற்றிக்கொண்டிருந்தாள். குளித்து ஒரு நாழிகைகூட ஆகியிராது. மழையில் குளித்து, வெயில் பட்டு மின்னும் பூந்தோட்டத்தைப்போல, புதுமை அவள் நெற்றியிலும் கன்னங்களிலும் கனிந்துகொண் டிருந்தது. அவள் மயிரைக் கோதும்போது மருதாணி இட்ட விரல்கள் அல்லிக்குளத்து நீர்க்கோழி மாதிரி, அலைபாய்ந்த மயிருக்குள் முழுகி முழுகி வெளியே வந்து கொண்டிருந்தன. அவள் கை, கால், முன்நெற்றி மயிர், எல்லாம் ஈரம் வற்றாமல், குளிப்பாட்டிவிட்ட விக்ரகத்தின் அங்கங்களைப் போலப் பொலிந்துகொண்டிருந்தன. மழை நின்றதும் வெயிலைப் பார்த்து நீர்த்துளி நிரம்பிநிற்கும் பாரிஜாதக் கன்று மாதிரி புதுமையே உருவாக இருந்தாள் அவள்.

ஆனால் முதல் நாள் இரவு கண்ணில் தோய்ந்த ஏக்கம் மட்டும் இன்னும் அதே கருமையுடன் தங்கி இருந்தது. தாயாரின் முடிவை நினைத்துப் பொருமிக்கொண்டிருந்தாள். அம்மாவை எதிர்த்துப் போராடவும் முடியவில்லை. கொஞ்சம் எதிர்த்துப் பேசத் தொடங்கினால் அம்மா ஹோவென்று அழ ஆரம்பித்து விடுகிறாள். அவளோடு பேசியும் பயனில்லை. "ஏன் விட்டுக்கொடுத்தோம்? ஏன் விட்டுக்கொடுத்தோம்?" என்று அமிர்தத்தின் அந்தராத்மா பதறிக்கொண்டிருந்தது. இந்தக் கேள்விக்குப் பதில்தான் சொல்ல முடியவில்லை. 'எல்லாக் கட்டுகளையும் அறுத்தெறிந்துவிட்டு, நாம் ஏன் சுதந்திரமாக இருக்கக்கூடாது? அம்மா

தி. ஜானகிராமன்

யார் நம்மைக் கட்டுப்படுத்த? உலகத்தில் வாழும் எல்லா ஸ்திரீகளையும் போல நாமும் ஏன் காதலின் கிளையில்லாத ஒற்றையடிப் பாதையில் செல்லக்கூடாது?”

அவளைக் கட்டுப்படுத்தக் குஜலம் யார்? இதற்கு விடையே சொல்ல முடியாது. உலகத்தில் விடையே இல்லாத எத்தனையோ கேள்விகளுக்குள் இதுவும் ஒன்று என்று அவளுக்குப்பட்டது.

அம்மாவைத் திரஸ்கரிப்பது அவ்வளவு சுலபமான காரியம் அல்ல. குஜலத்தின் யௌவன மெல்லாம் அஸ்தமித்து வாழ்க்கையின் ஓசையடங்கி அந்தி மங்கலில் பிறந்தவள் அமிர்தம். அமிர்தம் பிறந்தபிறகே குஜலத்தைச் சுற்றிப் பறந்து கொண்டிருந்த வண்டுகள் எட்டப் பறந்து அகன்றுபோய்விட்டன. பழைய பாசத்தை நினைத்துக்கொண்டு வருகிறவர்கள் ஓரிரண்டு பேர் உண்டு. எப்பொழுதாவது வந்து அவர்கள் பேசி விட்டு, குஜலத்தின் புன்சிரிப்பை ரஸித்துவிட்டுப் போவார்கள். ஆனால் அப்பொழுதெல்லாம் அவள் விவரம் தெரியாத குழந்தை. யாரோ தெருவில் போகிறவர்களைப் பார்க்கிறார்போல அவர்களைப் பார்ப்பாள். அவர்களும் சந்திர சூரிய கிரகணம் மாதிரி எப்பொழுதாவது அபூர்வமாகத்தான் வருவார்கள். பழைய பாசம்தானே? பழைய பாசத்தை ஸ்மரித்துக்கொண்டு வரும் ஆண் யார் இந்த உலகத்தில்? இந்தச் சந்தர்ப்பத்தில் வண்டை இவர்களுக்கு உபமானமாகச் சொல்வதில் யாதொரு தவறுமில்லை. தேனையெல்லாம் வறளக் குடித்துவிட்டு, மீண்டும் அதே பூவிடம் வந்து நன்றி கூறும், புகழ் பாடும் வண்டை நாம் எந்தச் சோலையில் கண்டிருக்கிறோம்? எந்தக் காவியத்தில் தான் கேட்டிருக்கிறோம்? அமிர்தம் பிறந்தபோது அம்மா வறண்ட மலராகத்தான் இருந்தாள். அமிர்தம் கடைசி பெண் – அம்மாவின் வாழ்க்கையின் அஸ்தமன காலத்தில் முளைத்த சுக்ர நக்ஷத்திரம். தனியாகத்தான் வளர வேண்டியிருந்தது. பெரிய வீடு. அதைச் சுற்றிச் சுற்றி எத்தனை முறை வந்தாலும் குஜலத்தைத்தான் பார்க்கலாம். குழந்தைக்கு என்னவேண்டி யிருந்தாலும் அவள் வந்துதானாக வேண்டும். துளசி வெகு நாளாக இருக்கிறவள் தான். குடும்பத்தின் பிரிக்க முடியாத அம்சமாகிவிட்டவள் தான். ஆனால் குழந்தையைப்பற்றிய எதையும் அவளிடம் விடுவதில்லை குஜலம். தன் கையால்தான் பெண்ணுக்குச் சாதம் போடவேண்டும். தப்பித்தவறிக் கூட சிப்பலைச் சமையல்காரியிடம் கொடுத்துவிடமாட்டாள். அமிர்தம் சாப்பிடும் தட்டைக்கூடத் தானே தான் அலம்பிப்போட வேண்டும். என்றைக்காவது சமையல்காரி அமிர்தம் சாப்பிட வருமுன் தட்டை அலம்பிப்போட்டு வைத்திருப்பாள். குஜலம் வந்ததும் “உன்னை யார் தட்டை அலம்பச் சொன்னாங்க? உன்

ஊழல்தான் தெரியுமே எனக்கு! இதைப் பார், இதென்ன? இதுதான் தட்டை அலம்புகிற லக்ஷணமோ?" என்று சமையல்காரியைக் கடிந்துகொண்டு தட்டில் ஒரு கருப்புப் புள்ளியைக் காண்பிப்பாள்.

"தட்டிலேயே இருக்கிற புள்ளி யம்மா அது! அங்கே மெருகு அழிந்துபோய்க் கறுத்திருக்கு," என்று அமிர்தம் பரிந்து வருவாள்.

"ஆமாமா, உனக்கு ரொம்பத் தெரியும்! பேசாமே இரு!" என்று தட்டைக் கொல்லையில் எடுத்துக்கொண்டு போய்க் குழாயடியில் குழப்பி அலம்பி வந்து போட்டால் தான் குஜலத்திற்குத் திருப்தியாயிருக்கும்.

அமிர்தத்தின் படுக்கையைத் தான் வந்து உதறிப் போடா விட்டால் அவளுக்குத் தூக்கம் வராது' இப்பொழுதுகூட அமிர்தத்தின் சுச்ரூஷை யெல்லாம் தானே தான் செய்யவேண்டும்.

இதையெல்லாம் நினைத்தால், அம்மாவை எப்படித் தூக்கி யெறிய முடியும்? இந்த உலகத்தில் தன் அன்பை யெல்லாம் அவள்மேல் தான் வைத்திருந்தாள். அவளை நேற்றிரவு அழவிட்டதுகூட அவளுக்கு நெஞ்சை உறுத்திக்கொண்டிருந்தது.

ஆனால் அவள் உண்மையாகப் பிரியமாகவா இருக்கிறாள்? அப்படியானால் ஏன் தன்னிஷ்டப்படி விடவில்லை? இப்படிக் காற்றுப்படாமல் எல்லையற்ற அன்பின் தலைப்பில் தன்னை அணைத்துக் காப்பாற்றி வருகிறவள், ஏன் இந்தவிஷயத்தில்மட்டும் இவ்வளவு பிடிவாதம் பாராட்ட வேண்டும்? அம்மாவின் மனது அவளுக்குப் புரியவில்லை. மனிதர்களுக்கு இரண்டு மனதிருக்குமோ! இந்தக் கடுமை எப்படி அவள் நெஞ்சில் இத்தனை அன்புக்கும் நடுவில் புகுந்தது என்று புரியவில்லை. அதே மேஜை மீது காகிதத்திற்குப் பாரம் வைக்கும் பளிங்குக் குண்டில் பூவையும் சித்திரத்தையும் எப்படிப் புகுத்தினார்கள் என்று அவள் வழக்கமாக ஆச்சரியப்படுவதுபோல், இப்பொழுதும் அமிர்தம் ஆச்சரியப்பட்டாள்.

திராக்ஷையை நாக்கில் புரட்டி ரசிக்கும் சரியான சமயத்தில் கசப்புக்கொட்டை கடிபடுவது போலிருந்தது அம்மாவின் அன்பு.

அம்மா ஒரேயடியாகக் கூண்டுக்குள் தள்ளிக் கதவைப் போட்டுவிட்டால் எப்படித் தப்பிக்கொள்ளுவது? விடுதலைக்கு ஒரே வழிதான். அதை இப்பொழுது கூடச் செய்துவிடலாம். வைர மூக்குத்தியை நசுக்கி வாயில் போட்டுக்கொண்டு விடலாம். இந்தப் பிடுங்கலெல்லாம் ஒருவாறாகத் தீர்ந்துவிடும்.

அமிர்தத்திற்குத் தூக்கிவாரிப் போட்டது. "சீ. இதென்ன அசட்டுத்தனமாக ஓடுகிறதே எண்ணம்!" என்று மனதைக்

கட்டிப் பிடித்துக்கொண்டாள். தற்கொலை செய்துகொண்ட யாரையும் உலகம் பரிதாபத்தோடு பார்த்ததேயில்லை. மனித சமூகத்திலேயே சேர்ப்பதுமில்லை. அருவருப்போடு பேடியைப் பார்க்கிற மாதிரியே தற்கொலை செய்து கொண்டவனை உலகம் பார்க்கிறது.

அமிர்தம் இப்படி இருளில் திரிந்துகொண்டிருந்தாள். தலையை நன்றாகத் துவட்டிக் கொள்ளாததினால் நாற்காலியின் பின்சட்டத்தின் மேல்பக்கம் நனைந்து போயிற்று. சிந்தனையில் ஆழ்ந்திருந்த அவளுடைய கண்கள் எதையும் பார்க்கவில்லை. மேஜைமீது இருந்த பளிங்குக் குண்டு இரட்டையாகத் தெரிந்தது. ஒன்றரைக் கண்ணன் கண்கள்மாதிரி இடம் பெயர்ந்த அவள் விழிகள் சலனமற்றுச் சூன்யத்தைப் பார்த்துக் கொண்டிருந்தன.

தலைமயிரை யாரோ பிடித்தார்கள். திடுக்குற்று அமிர்தம் திரும்பிப் பார்த்தாள்.

“என்னம்மா, தலையிலே ஈரம் சொட்டுது! ஏப்பா! இதைப் பார்த்தீங்களா? கசகசன்னு எவ்வளவு ஈரம்!” என்ற துளசி மயிரை விரலால் கசக்கினாள். இரண்டு மூன்று சொட்டு ஜலம் கீழே உதிர்ந்தது.

“நீயாடி? நான் திகைத்துவிட்டேன்!” என்று அமிர்தம் திரும்பிப் பார்த்தாள். துளசியின் வலது கையில் காதுவைத்த மண்கோப்பையில் தணல் ஜொலித்தது. அதிலிருந்து வாசனைப் புகை பரவிக்கமழ்ந்து கொண்டிருந்தது.

“ஏம்மா இப்படித் தலையைச் சொட்டச் சொட்டவச்சு கிட்டிருக்கிங்க? நல்லா துவட்டிக்க வேண்டாம்?” என்று வாசனைக் குண்டத்தை அப்படியே மேஜைமேல் வைத்து விட்டுத் தன் தலைப்பை அவிழ்த்து நாற்காலியின் சட்டத்தின்மீது தொங்கின கூந்தலைத் துவட்ட ஆரம்பித்தாள் துளசி.

“தண்ணியிருந்தா ரொம்ப மோசம்தான்! இப்ப எதுக்குக் குண்டத்தைக் கொண்டுவந்திருக்கே! வாசனை இல்லாட்டா மயிரு பழுத்துப் போயிடுமாக்கும்!” என்று அலுத்துக்கொண்டே அமிர்தம் விம்மினாள்.

“ஏம்மா, சிடுசிடுன்னு இருக்கிங்க? பெரியம்மாளுக்குத்தான் என்னைக் கண்டால் பிடிக்கலென்னா, நீங்ககூட இப்படி இருந்தா என்னம்மா செய்யிறது?”

அமிர்தம் உடனே திரும்பிப் பார்த்தாள். வேலைக்காரியின் முகம் அன்புக்கு ஏங்கிக்கொண்டிருந்தது.

கொஞ்சும் குரலில், "துளசி, நான் சிடுசிடுன்னா இருக்கேன்? நான் எப்பவானும் இப்படி இருந்ததுண்டா? அதுவும் உன்கிட்டயா? நீ ஏன் இப்படிச் சொல்றே?" என்று கேட்டாள் அமிர்தம்.

"இப்ப ஏன் புகை போட்டுக்க மாட்டேங்கிறிங்க தலைக்கு?"

"எனக்கு வேண்டாம்!"

"நேத்து ராத்திரி என்னமோபோல படுத்திருந்திங்க, தலையைப் பிடிக்கிறேன்னுட்டு கிட்டவந்தேன், கையை உதறி எறிஞ்சுவிட்டிங்க!"

"துளசி, நானா அப்படிச் செஞ்சேன்? அம்மா அப்படிப் பண்ணும்படியா பண்ணிவிட்டாள். வரவர அம்மா என்னை வதைச்சு எடுக்குது. நான் என்ன பண்ணுவேன்? அழுகையை அடக்கி அடக்கித் தொண்டையெல்லாம் வலி கண்டுவிட்டது!" என்று விம்மினாள் அமிர்தம். உதடு துடித்தது. துளசியின் கையில் – வறண்டு மெலிந்துபோய் நரம்பு புடைத்த வேலைக்காரியின் கையில் – முகத்தைச் சாத்திக்கொண்டு அழத்தொடங்கி விட்டாள்.

"என்னம்மா, என்ன? அம்மா என்ன சொல்லிச்சு?" என்று அவள் முன்நெற்றி மயிரைக் கோதி விட்டாள் துளசி. அமிர்தம் தன் சோகத்தைக் கொட்டி அழுவதற்கு ஒரு கிட்டின பந்துவாக இருந்தாள் துளசி. என்றுமில்லாத ஒரு சிநேகம் அந்த இரண்டு ஹிருதயங்களையும் இணைத்தது.

"ஏம்மா, என்ன சொல்லுச்சு அம்மா?" என்று கேட்டாள் துளசி.

"அம்மா, சொல்லிச்சு. போய்க் கிணத்துலே விழுன்னுட்டு! துளசி, உன் வயத்துலே பிறந்திருந்தா, நான் இப்படி அழவே மாட்டேன். இப்படிப் போகிற வழி தெரியாமல் பொதுச் சந்தியில் நிக்கவும் மாட்டேன். நீ யாருக்கானும் என்னைக் கட்டிக்குடுத்துடுவே. நான் பாட்டுக்கு யாரு தொந்தரவுமில்லாமல் நிம்மதியாயிருப்பேன்!"

"அம்மா, நானும் இப்படியே தாம்மா ரொம்ப நாளா நெனச்சுகிட்டிருந்தேன். ஆனா சொல்ல வாய்வரலை. என்ன இருந்தாலும் வேலைக்காரி தானேம்மா? நான் ஒண்ணும் சொல்லக்கூடாது. மனசிலே பட்டதைச் சொல்றேன். ஏனம்மா வெக்கத்தை வித்துட்டு, மெத்தை ஊட்டுலே வாளணும்? அதுக்குக் கூலிவேலை செஞ்சு, கூளைக் குடிச்சுட்டுக் கிடக்கலாம்மா! எனக்கு ரொம்ப நாளாத் தோணிக்கிட்டிருந்தது. சொல்லத்தான் துணிச்சல் இல்லை."

"துளசி, கூலிவேலை செஞ்சா, கௌரவமா குறைஞ்சு போயிடும்? நான் இப்பவே அப்படி வரத் தயார்தான். நிஜமாத்தான் துளசி! நாம் இரண்டு பேரும் எங்கேயானும் போயிடுவமே! நிஜமாத்தான்! எங்கேயானும் இந்த அம்மாவை விட்டுட்டுப் போயிடுவமே! நிஜமாத்தான் சொல்றேன்!" என்று துளசியின் கையை உலுக்கிக் கொண்டே படபடவென்று பேசினாள் அமிர்தம். துளசியின் கண், வியப்பில் அகண்டு போய்விட்டது.

"நெசம்மாவாம்மா!"

"நிஜமாத்தான்!"

"மனசோடவா சொல்றீங்க?"

"பின்னே வெறுமயா சொல்லுவேன்! பைத்யமா?"

"வேலை செய்யறதுக்குத் தெம்பு வேணும்மா உடம்புலே!"

"பழகினால் வந்துடும் தானே! எனக்கு ஓஞ்சு போயிட்டா நீ செய்ய மாட்டியா?"

"நான் வேறே வரணுமா உங்களோடே? எங்க ஊட்டுக்காரரு, குளந்தை – யெல்லாத்தியும் விட்டுட்டா? பிள்ளைத்தனமாப் பேசிக்கிட்டிருக்கீங்க, போகாத ஊருக்கு எல்லாம் வழி சொல்லிக்கிட்டு!"

துளசியின் குரல் கண்டிப்பாக இருந்தது. அமிர்தம் அதிகமாகப் பேசி விட்டோமோ என்று அஞ்சி அவளைப் பார்த்தாள். அந்தக் கலங்கும் முகத்தைக் கண்டதும் துளசிக்கு ஏன் சொன்னோம் என்று ஆய்விட்டது.

"இல்லேம்மா! நீங்க பேசறது முடியற காரியமா? எல்லாம் அக்கரைப் பச்சை! குடிசையிலே பணமிருக்காது, மெத்தை வீட்டிலே சுகமிருக்காது. எல்லாம் ஒண்ணு தாம்மா!"

"இல்லேடி இல்லை, இரண்டும் ஒண்ணாவேயிருக்காது"

"குடிசைக்கு வந்தா, ஏண்டாப்பா வந்தோம், இருந்த இடத்துக்கே போயிடலாமேன்னு இருக்கும்."

"துளசி, துளசி!" என்று உள்ளே இருந்து குரல் வந்தது.

"அம்மா கூப்பிடறாங்க, நான் போறேம்மா!"

"போகலாம், இரேன்!"

"துளசி, துளசி!" என்று குரல் உயர்ந்தது.

"ஏம்மா?"

"புடவையை எப்ப தோய்க்கப் போறே? கிணத்தடியிலே சாணிச் சுருணையாக் கிடக்கணுமா?" என்று குஜலம் உள்ளே யிருந்து கத்தினாள்.

துளசி உள்ளே போய்விட்டாள்.

மேஜை மேலிருந்த மண் குண்டத்திலிருந்து புகைப்படலம் மௌனமாக எழுந்து கொண்டிருந்தது. அறை முழுவதும் அதன் மணம் பரவிற்று.

"அமு, நீ வரப்போறியா இல்லையா? போகாட்டா நல்லா இருக்காது. எழுந்திரு!" என்று குஜலம் புதுப் புடவையின் 'மொட மொட' சப்தத்துடன் கோடாலி முடிச்சை அவிழ்த்துச் செருகினாள்.

அதே தெருவில் கல்யாணம். அந்தக் கல்யாணம் அவர்களுடைய குலம்தான். குஜலத்திற்கு உறவுகூட உண்டு.

அமிர்தம் பதில் பேசவில்லை.

"அமு, மூணாம் மனுசங்க பார்த்தா சிரிப்பாங்க? என்ன காரணம் போகாமல் இருக்க? வீட்டிலே கோபம்னா? ஊர் சிரிக்கணுமா? அப்படித்தான் என்ன கோபம்? உறவு பங்காளியெல்லாம் மறந்து போகணுமா அதுக்காக? எழுந்திரு!"

"அம்மா அம்மா, உனக்கு வயசாயிடுத்து. புத்தி கலங்கிப்போய் உளறத் தோணுகிறது. உறவாம்! பங்காளியாம்! இந்தக் கும்பலுக்கு, ஊர் முழுக்க உறவுதான்!" என்று சீறினாள் அமிர்தம்.

"சரி, ஆரமிச்சுட்டியா பாகவதத்துக்கு?"

"பாகவதம் இல்லேம்மா!" என்று பல்லைக் கடித்துக் கொண்டே, "அம்மா' நான் என்ன தப்பு செய்தேன் உனக்கு? இப்படி வாட்டி எடுக்கிறியே! என் இஷ்டம் ஒன்று கூடக் கிடையாதா? அம்மா, கொஞ்சம் கவனித்துக் கேளேன். நீ கல்யாணத்துக்குத்தானே போறே! தெரியாமலா செல்லம் பெண்ணைக் கல்யாணம் பண்ணிக் கொடுக்கிறா? நீ மட்டும் உன் பிடியை விடமாட்டேங்கிறியே அம்மா! உனக்கு நமஸ்காரம் பண்ணட்டுமா?" என்று குஜலத்தைக் கையைப் பிடித்துக்கொண்டு கெஞ்சினாள் அமிர்தம்.

ஆனால் அவள் சொல்லி முடிக்கிறவரை குஜலம் காத்திருக்க வில்லை.

"வரமுடியாட்டாப் போ! உனக்கு நீ தான் பெரிசு!" என்று சொல்லிவிட்டுக் குஜலம் வாசல் பக்கம் போய்விட்டாள். அவள்

ரேழிக்குப் போனதும் அமிர்தம் துவண்டு நாற்காலியில் விழுந்தாள். நம்பிக்கையே துவண்டு மண்ணில் விழுவது போலிருந்தது.

"அம்மாவைத் திருத்த நடராஜாவால் கூட முடியாது!" என்று எதிரே சுவரில் தாண்டவமாடிக் கொண்டிருந்த தந்த நடராஜனைப் பார்த்தாள்.

அவளுக்கு நினைக்கக்கூட சக்தியில்லை. உடலும் மனமும் அப்படி ஓய்ந்து கிடந்தன. ஸ்தம்பித்து உட்கார்ந்து இருந்தாள். 'டொப் டொப்' என்று துளசி கொல்லையில் புடவை தோய்க்கும் ஓசை கேட்டது.

நாற்காலியை விட்டெழுந்து கொல்லைப்பக்கம் போய், "துளசி, புடவையை அப்புறம் தோய்க்கலாம். இங்கேவா, என்னோடு கொஞ்ச நாழி பேசிக்கிட்டிறேன்! எனக்கு என்னமோ போலிருக்கு," என்று கெஞ்சினாள்.

"அம்மா திட்டுவாங்க, அம்மா."

"ஆமா, அம்மா தலையை இறக்கிவிடும். வாடின்னா."

துளசி புடவையைப் போட்டுவிட்டு இடுப்பில் செருகியிருந்த தலைப்பை இழுத்துத் தொங்கவிட்டுக் கொண்டு வந்தாள். "யாரும்மா வாசலிலே?" என்று வாசல் பக்கம் பார்த்தாள்.

ராஜுபிள்ளை உள்ளே நுழைந்துகொண்டிருந்தார்.

அமிர்தம் ஓடி வந்து, 'வாங்க, மாமா!' என்று அவரை வரவேற்று நாற்காலியைக் காட்டினாள். முதலியாரின் தெருவில் நடந்த கல்யாண வெற்றிலை, பாக்கு, தேங்காய்களை ஒரு பக்கமாக வைத்துவிட்டு அவர் உட்கார்ந்துகொண்டார்.

"அம்மா செல்லம்மா வீட்டுக் கல்யாணத்துக்குப் போகிறாற் போலிருக்கே?"

"ஆமா!"

"அதான், பார்த்தேன், நீ போகிலியா?"

"அம்மாதான் அதெல்லாம் பாக்கணும், மாமா. எனக்கு எதுக்கு?"

"ஏன் மூட்டமாப் பேசறே?"

"ஒண்ணுமில்லை, மாமா!" என்று பெருமூச்சுவிட்டுக் கொண்டே நின்றாள் அமிர்தம்.

"ஏன் நிக்கிறே, உட்காரேன்."

"இருக்கட்டும், மாமா."

"ஏன் இப்படி இருக்கே? சந்தோஷமா யிருப்பாய் என்று வந்தேன். இப்பதான், அரை மணிகூட ஆகலை; முதலியாரைப் பார்த்தேன், எல்லாம் பொருந்தியிருக்கு – பணம், குணம், எல்லாம் – ரொம்ப மிருதுவான குணம் – சரியா இருக்கணுமே என்று நான் கவலைப்பட்டுக்கொண்டிருந்தேன். ஆண்டவன் கடைசியில் சரியாகக்கொண்டு வந்து விட்டுவிட்டான்!" என்று பேச்சை ஆரம்பித்தார் ராஜுப்பிள்ளை.

அமிர்தம் பதில் பேசவில்லை.

# ராஜூப்பிள்ளை

அமிர்தத்தை அவ்வளவு சோர்வுடன் அவர் பார்த்ததே யில்லை. அவளுடன் புன்சிரிப்பும் கூடப்பிறந்திருந்ததுபோலே அவர் பார்த்தபோதெல் லாம் அவள் முறுவலையும் காணத் தவற மாட்டார், புன்னகைக்காகத்தான் அவள் படைக்கப்பட் டிருக்கிறாள் என்று கூட அவர் நினைப்பது வழக்கம். அவளுக்கு வருத்தப்பட அவசியமே இல்லையே? இன்று அதே முகத்தில், இமை கருத்து, பனி படர்ந்து, புருவம் உயர்ந்திருந்தது. முதலியாரைப் பற்றிய பேச்சை எடுத்தபோது, அவர் எதிர்பார்த்த நாணமும் புன்சிரிப்பும் அவள் முகத்தில் சிறிதும் தோன்றவில்லை.

"குழந்தே, ஏன் இப்படிச் சோர்ந்து உட்கார்ந் திருக்கணும்?" என்று மெதுவாக கேட்டார்.

அமிர்தம் பதில் பேசவில்லை.

"ஏம்மா, என்ன வேதனை? என்னிடம் சொல்லலாமோல்லியோ? நான் உன்னை இப்படிப் பார்த்ததே இல்லையே? ஒரு நாளுமில்லாமல் இப்படிக் கவலைப்படுவானேன்? எனக்கு என்னமோ செய்கிறது!" என்று அவர் கலங்கினார்.

அமிர்தத்தின் வெந்துகொண்டிருந்த ஹ்ருதயத் தில் மழை பெய்தாற் போலிருந்தது. அவருடைய ஒவ்வொரு வார்த்தையும் அன்பில் தோய்ந்து வந்து அவள் ஹ்ருதயத்தை உலுக்கிற்று.

"மாமா, இப்படி யார் என்னோடு பேசப்போறா? நீங்க பேசிக்கேட்டுக்கொண்டே இருந்தால்

தேவலைபோலிருக்கு” என்று தழதழத்துக் கொண்டே குழந்தை மாதிரி அழ ஆரம்பித்துவிட்டாள் அமிர்தம்.

“ஏம்மா அழுறே? என்ன விஷயம் சொல்லேன். நான் ஒன்றும் தப்பாகப் பேசிவிட வில்லையே?”

“ஏன் மாமா, இப்படியெல்லாம் பேசிறிங்க? என் மனதை நீங்கள் புரிந்து கொள்ளவில்லை.”

ராஜூப் பிள்ளை அவளுடைய முன்னெற்றி மயிரைக் கோதிவிட்டார்.

“உன்னைப் பார்த்துப் பேசிக் கிட்டதட்ட ஒரு மாசம் ஆயிருக்கும். நான் எப்படி புரிந்துகொள்ள முடியும்?”

“ஏன், மாமா. அம்மா நல்லவதானே?”

“ஏன்?”

“பின் ஏன் இப்படிப் போட்டு என்னை வறுத்தெடுக்கிறாள்?”

“என்ன சொல்லுகிறாள்?”

“அம்மா நல்லவளாயிருந்தால், நீங்க அடிக்கடி இங்கு வரமாட்டீர்களா, மாமா? பெரிய இடத்தில் எல்லாம் நீங்க பழகுறீங்க; எத்தனையோ பேருக்கு நல்ல வழி காண்பிச்சிருக்கீங்க. ஆனால் அதிலே நான் மாத்திரம் சேரல்லே அம்மாதானே, மாமா, காரணம் இதுக்கு! அம்மா நல்லவளா இருந்தால் நீங்க வந்து சொல்லியிருக்க மாட்டீர்களா?”

“குழந்தே அம்மாகிட்ட நான் ஆறு மாசம் முன்னாலேயே சொல்லிவிட்டேன். காதே கொடுக்கவில்லை. என்னைப் பார்த்துப் பரிகாசம் பண்ணினாள். நானும் மன்றாடிப் பார்த்தேன். கடைசியிலே என்னமோ ரௌத்ராகாரமாகக் கோபம் வந்து விட்டது அவளுக்கு. ‘இருக்கிறது ஒண்ணே கண்ணு. கண்ணே கண்ணுன்னுட்டு இருக்கு. அதுக்குத் தாலியைக் கட்டிவிட்டு, நான் பொழச்சி இருக்கிறதா, செத்துப் போறதா? நான் நல்லாயிருந்தா சசிக்கலையாடாப்பா? இப்படி வயித்தெரிச்சலைக் கொட்டிக்கிறியே? என்று ஆங்காரமாகப் பேசிக் கொட்டினாள். வயித்தெரிச்சல் படறதுக்கு நான் யாரு? எனக்கு என்னமோ போலிருந்தது. பேசாமலிருந்து விட்டேன்: என்னம்மா செய்யறது? நாய் வாலைத் திருப்ப முனைந்தால் நாராயணன் கூட அசந்து போயிடுவான்.”

“பின்னே என்ன தான், மாமா, செய்கிறது? எனக்கு உயிரை விட்டுவிடலாம் போலிருக்கு. நான் போகணும், இல்லாவிட்டா அம்... நான் இருந்தா அம்மாவுக்குக் கஷ்டம்தானே மாமா?”

"சும்மா அழாதே குழந்தே, இப்ப ஒண்ணும் மீறிப் போய்விட வில்லை. எல்லாம் உன் மனசுப்படித்தான் நடக்கப் போவுது."

"என் இஷ்டமா! என் இஷ்டப்படி அம்மா போகமாட்டா. ஒருத்தரும் போகமாட்டாங்க. எனக்கு ஒருத்தரும் கிடையாது."

"நானிருக்கேனே, ஏன் இப்படியெல்லாம் பேசணும்? இப்பத்தான் முதலியாருக்கிட்ட பேசிவிட்டு வந்துட்டிருக்கேன். வேடிக்கையாகக் கூடச் சொன்னேன். 'நிரவதி வாசிச்சு மாங்கல்யம் ஏறும்போது நான் இருக்கணும் என்று."

"மாமா மாமா, வேண்டாம், நீங்களே உங்க வாயினாலே சொல்றீங்களே!" என்று அமிர்தம் அலறினாள். "உங்க மாப்பிள்ளைக்கு என்ன மாமா வயசு?" "முதலியாரு வயசா?" "முதலியாருக்குநான் மூணாவது பெண்ணா இருப்பேனே! உங்க வயசிருக்காது அவருக்கு? நாலஞ்சு குறைச்சலா இருக்கலாம். மாமா, கூச்சத்தை விட்டுட்டுச் சொல்றேன். முதலியாரு அழகாத்தான் இருக்காரு. ஆனா என்ன இருந்தாலும், போன தலைமுறைதானே. உங்க தலைமுறையிலே பிறந்தவங்கதானே மாமா? . . . ஏன் மாமா, ஒண்ணும் சொல்ல மாட்டேங்கிறீங்க?"

ராஜுப் பிள்ளை ஒன்றும் பேசவில்லை. சமைந்து போய் உட்கார்ந்திருந்தார். வெட்கம் அவர் வாயடைத்து விட்டது நம் தலைமுறையைச் சேர்ந்தவரா? "ஆமாம், என் தலைமுறைதான்," என்று தனக்குள்ளேயே சொல்லிக் கொண்டார். இப்பொழுதுதான் அவருக்கு அந்த உண்மை புலப்பட்டது "முதலியாரைப் போய் நாம் எப்படி வாழ்த்தினோம்?" என்று நினைக்க நினைக்க அவர் உள்ளம் குன்றி விட்டது. முட்டாளாகி விட்டோமே என்று வருத்தப்பட்டார். ஆனால் அமிர்தம் எடுத்துச் சொல்லியதற்காக அவர் மனது புகையவில்லை. அமிர்தத்தின் சொல் அவள் மனுஷ்யத்தனத்தை உயர்த்தி விட்டது.

"என்ன மாமா, நான் சொல்றதிலே ஏதேனும் சரியாயில்லாம இருக்கா?"

"குழந்தே! நான் முட்டாளாகி விட்டேன். இத்தனை வயசாகி உன் புத்திகூட எனக்கில்லை; வயசானாப் போதுமா? மாட்டுக்குக் கூடத்தான் வயசாவுது. புத்தி சம்பாதிச்சுக்கவா முடியும்? பிறவியிலே இருக்கணும். இத்தனை நாழி எனக்கே என் தெரியாத்தனம் தெரியவில்லை. முதலியாரு கிடைச்சுது அதிர்ஷ்டம், சரியான பொருத்தம் என்றெல்லாம் நினைத்து விட்டேன். நேத்திக்கு ராத்திரிகூட, தெருவோடு போகிறவன் தெய்வமே என்று போகக்கூடாதா? ராத்திரி பத்து மணி இருக்கும். முதலியார் வீட்டுக்குள்ளே நுழைந்து, அவருகிட்டே

என் சந்தோஷத்தைக் காட்டி, ஆசீர்வாதம் பண்ணிவிட்டு வந்தேன். கல்யாணம் பண்ணிக்கணும் என்று என் பல்லவியைப் பாடிவிட்டுக் கூட வந்தேன். இப்பத்தான் தெரியுது. வயிசாயிடுத்து. என் மூளைகூட பாழ்த்துப் போச்சு!" என்று பிள்ளை நொந்து கொண்டார். பெரிய குற்றத்தைச் செய்துவிட்டவர்போல் அவர் மனம் உறுத்திக்கொண்டிருந்தது.

"நீங்க ஏன் மாமா நொந்துக்கணும்? உங்களுக்கு என் எண்ணம் தெரியவில்லை. தெரிஞ்சிருந்தா சொல்லியிருக்கமாட்டீங்க," என்றாள் அமிர்தம்.

"இது சொல்லித் தெரியணுமா? என் முட்டாள் தனம் எனக்கே தெரிகிறபோது, நீ என்னமா அதை மறைக்கமுடியும்? உனக்கு ஈச்வரன் நல்ல புத்தி கொடுத்திருக்கான். பூவை வாடாமல் இருக்கச் செய்யறது இனி என் பொறுப்பு."

"என்னை எப்படி மாமா உங்களுக்குக் காப்பாற்ற முடியும்?"

"அம்மாகிட்ட பன்னிப் பன்னிச் சொல்றேன்,"

"அம்மாகிட்ட சொல்றதும், அம்மிகிட்ட சொல்றதும் ஒண்ணுதான்!"

"முதலியாரு கிட்டவே சொல்லிடறேன்."

"முதலியாரிடம் சொல்லலாம். அவரும் கேட்கலாம். ஆனால் முக்கால் லக்ஷத்தைக் கொடுத்து விட்டாரே! இங்கே பெட்டியில்தானே இருக்கு அந்தப் பணம்."

"ஆ!" என்று மலைத்துவிட்டார் பிள்ளை.

"முக்கால் லக்ஷமா? எழுபத்தி ஐயாயிரம் ரூபாயா?"

"ஆமாம், மாமா, நம்பிக்கையில் கொடுத்திருக்கிறார். உண்மையிலேயே பெரிய மனுஷர்!"

"இது என்ன குழந்தே, எனக்கு நம்பவே முடியல்லே!"

"நம்ப முடியாமலிருக்க ஒன்றுமில்லை. அவர் நல்லவர். நம்பியிருக்கிறார்."

"இது என்ன சாகசம்?" என்று ஸ்தம்பித்துப்போய் உட்கார்ந்திருந்தார் பிள்ளை.

கொல்லையிலிருந்து வந்த துளசி, ஈரப்புடவையைக் கொசுவிக்கொண்டிருந்தவள், இதைக் கேட்டதும் செயலற்றுப் போய்விட்டாள்.

பிள்ளை மனதில் பளிச்சென்று ஒரு யோசனை மின்னலைப் போல் எழுந்தது.

"பகவான் வழிகாட்ட மாட்டாரா? அமிர்தம், அதை என்கிட்ட கொடு. நான் அதை அவரிடம் பத்திரமாகச் சேர்த்து விடுகிறேன்," என்று வேகமாகப் பேசினார். அமிர்தத்தைக் காப்பாற்ற வேறு வழி ஏது?

"அது முடியுமா, மாமா?"

"முடியாமலென்ன? இவ்வளவு நல்லவர். நம்பிக் கொடுக்கும் படி நல்லவராக இருக்கிறவர் – சொன்னால் கேட்க மாட்டாரா?"

"ம்"

"நீ கொடம்மா. அதுவும் நான் சொன்னால் கேட்காமல் இருக்கவே மாட்டார். அப்படி வித்யாசமாய் நினைத்துக் கொண்டால், நினைத்துவிட்டுப்போகிறார் என்று இருக்க வேண்டியதுதான். நீ கொடு. கட்டாயம் அவர் நான் சொன்னால் கேட்பார். நடராஜாதான் அவர் மனசை மாற்றட்டுமே!"

பிள்ளையின் தொனி தீர்மானமாக இருந்தது. வெற்றி உறுதி அதில் நன்றாகத் தெரிந்தது. அவருக்கு இருந்த உற்சாகத்தில் குஜலத்தை மறந்துவிட்டாரோ என்னமோ? அமிர்தத்திற்கு விழப்போகிறவன் அரசங்கிளையைத் தொத்திக்கொண்டாற்போல், நம்பிக்கை வந்தது. உடனே எழுந்து சாவி தொங்கும் ஆணியை நோக்கிப் போனாள். நிமிர்ந்து பார்த்தபோது, சாவிக்கொத்தைக் காணவில்லை.

"துளசி, அம்மா இடுப்பிலே கொத்துச் சாவியைப் பார்த்தியோ கல்யாணத்துக்குப் போறபோது?"

துணி உலர்த்துகிற கம்பைச் சுவர்மீது சாத்திவிட்டு நினைத்துப் பார்த்துக்கொண்டே, 'இடுப்பிலேயா? ஆமாம்மா இடுப்பிலே தொங்கிண்டிருந்தது. நீலப் புடவைக்கு மேலே பளிச்சுன்னு தெரிஞ்சிட்டிருந்தது வெள்ளிச் சங்கிலி' என்று துளசி பாதி ரகஸ்யக் குரல் சொன்னாள்.

"நீ நல்லாப் பார்த்தியோ? ஒரு சமயம் படுக்கை இடுக்கிலே, பீரோ மேலே, எங்கேயானும் வச்சிட்டுப்போயிருப்பாளோ?" என்று சொல்லிக் கொண்டே அமிர்தம்கூடத்திலிருந்த ஒவ்வொரு பீரோவின் அருகிலும்போய் எம்பி எம்பி மேலே தடவிப் பார்த்தாள். எங்கும் சாவி தென்படவில்லை.

"நான் நல்லாப் பார்த்தேனம்மா. அம்மா இடுப்பிலே தான் தொங்குச்சு. அதான் சொல்றேனே. நீலப் புடவைக்கும்

சங்கிலிக்கும் எடுப்பா இருந்ததுன்னு," என்று துளசி ஊர்ஜிதப் படுத்தினாள்.

"ம்—" ஒவ்வொரு நிமிஷமும் கணமும் அமிர்தம் பறந்து கொண்டிருந்தாள். கடைசியில் அவள் "ஆமா, இதைத் தேடிக் கொண்டிருந்தால் காரியம் ஆனாப்போலே தான். மறு சாவி இருக்கே," என்று டிராயரை இழுத்து அம்மா குஜிலிப்பொட்டு, ஜவ்வாது எல்லாம் வைத்திருக்கும் டப்பியைத் திறந்து, சாவியை எடுத்துக்கொண்டு வேகமாக உள்ளே போனாள். அவள் மனம் அடித்துக்கொண்டே இருந்தது. பிள்ளை நிதானமாகத்தான் இருந்தார். அமிர்தம் தன் யோசனையைக் கேட்டதில் அவருக்கு பெரிய திருப்தி.

அமிர்தம் உள்ளே போனதும், துளசி பிள்ளைக்குச் சற்று தூரத்தில் நின்று கொண்டு ஆரம்பித்தாள்.

"சின்னம்மாவுக்கு அளுது அளுது மூஞ்சியெல்லாம் வீங்கிப் போச்சுங்க. சரியாவே சோறு திங்கமாட்டேங்குது. எப்பப் பார்த்தாலும் மோட்டு வளையைப் பார்த்துக் கிட்டே குந்தியிருக்கு. திடீருன்னு நெனச்ச நெனச்சு விசிக்கக் கிளம்பிடுது. அது தலையைப் பார்த்தீங்களா? சொத சொதன்னு ஈரம். துவட்டிக்கவே இல்லை. நேத்து ராத்திரி பெரியம்மாவோட பெரிய சண்டை. அப்பவே பிடிச்சு அளுதிருக்கு பாருங்க. தலைக்கும் கொஞ்சம் சாம்பிராணிபுகை கூடப் போட்டுக்க மாட்டேன்னுடுச்சு. நெருப்பு அலந்து போயிடுச்சு பாருங்க" என்று அலந்து சாம்பல் பூத்திருந்த மண்ஜாடியைப் பார்த்தாள் துளசி.

ராஜூப்பிள்ளை அவள் சொல்வதையெல்லாம் கேட்டுக் கொண்டிருந்தார்.

"பாருங்க, நெசம்மா சொல்றேன். எனக்கு என்னா எரிச்சலாயிருக்குத் தெரியுமா? பெரியம்மாவை அப்படியே கழுத்தைப் பிடித்து நெறிச்சிடலாம் போலவருது," என்று சுற்றும் முற்றும் ஒரு முறை அவள் பார்த்துக்கொண்டாள்.

"அப்படி என்னாங்க பணம் பணம்னு உசிரையா விடுவாங்க? எம் பொண்ணுகிட்ட மாத்திரம் நான் இப்படியெல்லாம் நடந்துகிட்டா அப்படியே என்னை ரண்டா விண்டு போட்டிருக்கும்! என்னமோ சின்னம்மாவுக்கு அழுவத்தான் தெரியுது, இரையத் தெரியுது. கோவுச்சுக்கத் தெரியுது. இதுக்கெல் லாம் பெரியம்மா அசைஞ்சிடுங்குறீங்களா? அது பிடிச்ச பிடிதான், வெறும் எருமைங்க."

"இந்தா, மெதுவாகப் பேசு. அப்புறம் பேசிக்கலாம் போ!" என்று சிரிப்பை அடக்கிக் கொண்டார் பிள்ளை. துளசியின்

படபடப்பைக் கண்டு அவருக்கு ஆச்சரியப்படாமலிருக்க முடிய வில்லை, அவளை நன்றாகத் தெரியும் அவருக்கு. மகா சாது, கோபம் பிறந்த ஊரிலேயே பிறந்தவளில்லை என்று. அவளே இப்படிக் குதிக்கத் தொடங்கிவிட்டாள், "குஜலம்! உனக்குக் குளவி, நெருப்பு இந்தப் பெயரையெல்லாம் விட்டுவிட்டு, குஜலம் என்று வைத்தார்களே! ஊரையே நடுங்க அடிக்கிறியே. அம்மா பரதேவதே!" என்று குஜலத்தைப் பல்லைக் கடித்துக் கொண்டே வாழ்த்தினார்.

"பெரியம்மாகிட்ட நாய்கூட வேலை பார்க்காதுங்க. அதான் மடிநிறைய கல்லுப் பொறுக்கி வச்சிட்டிருக்காங்களே எப்பப் பார்த்தாலும், நானும் பதினஞ்சுவருசமாப் பாக்கறேன். இதோடு அம்பது சமையக்காரனும் சமையக்காரியும் வந்திட்டுப் போயிருக்கும். பத்து நாளைக்கு சரியா வரும். அப்புறம் சொல்லிக்காமலேயே நின்னூடும். 'இம்' மென்னாகோபம் 'அம்'மென்னாகோபம் தான். தயாரா யிருக்கே அம்மாவுக்கு என்று இருக்கேன். இல்லாவிட்டால் இங்கே புளுத்த நாய் குறுக்கே போவாது, அப்படித் திட்டுவாங்க – களுதைங்கிறது, குதிரைங்கிறது – நான்தாங்க எல்லாத்தையும் பொறுத்துகிட்டிருக்கேன். வேலையை விட்டுடலாம் போலிருக்கு. சின்னம்மா இல்லாட்டா நான் எப்பவோ போயிருக்கிறவதான். சின்னம்மாவை விட்டுட்டுப் போகத்தான் மனசு கேக்கமாட்டேங்குது. அது குத்து விளக்குங்க. அது இருக்கிற இடமெல்லாம் பூரிச்சுக் கிடக்கும். பொளுதன்னிக்கும் பாத்துக்கிட்டே யிருக்கணும். தவசு கிடந்தாலும் இப்படி கண்டெடுக்க முடியாது. பெரியம்மாவுக்கானா அருமை தெரியல்லே. எல்லாம் கிட்ட இருந்தா அப்படித்தாங்க, எங்க ஊட்டிலே கொண்டு வச்சிக்கலாம் போலிருக்கு சின்னம்மாவை. என் குடிசைக்கு விளக்கு ஏத்திவச்சாப்பலே இருக்கும். அதைப் பார்த்துகிட்டே இருந்தால் சோறே வேண்டியதில்லீங்க."

"சோறு திங்காம இருக்கிறதுதானே. ஏன் சம்பளம் வாங்கிக்கறே? முதல்தேதி பிறந்ததும் முடிச்சா மூணரை ரூபாய் வாங்கிக்கிறீயே?" என்று கிண்டல் பண்ணிக் கொண்டே வாசலிலிருந்து குஜலம் வந்தாள்.

துளசி முகம் வெளுத்துவிட்டது.

"என்னப்பா ராசு! எப்பவந்தே? துளசி பெரிய புராணம் படிக்கிறாளே" என்று மடியிலிருந்த கல்யாண வெற்றிலைப்பாக்கை வெளியே எடுத்து வைத்தாள்.

"அப்பாடா? நல்ல சாவி இது. திறக்கிறத்துக்குள்ளே கை அசந்து போச்சு" என்று சொல்லிக் கொண்டே பணப்பையை

எடுத்துக்கொண்டு உள்ளே இருந்து வந்தாள் அமிர்தம். அம்மாவைப் பார்த்ததும் தூக்கி வாரிப் போட்டது. பட்டுத்துணியில் கட்டிய பணப்பை கீழே நழுவி விழும்போலிருந்தது. சமாளித்துக் கொண்டு தலைப்பில் மறைத்துக் கொண்டாள்.

ஆனால் குஜலத்தின் கழுகுக்கண் அதைப் பார்த்து விட்டது.

"அமு! என்ன அது?" என்று ஒரு அதட்டல் போட்டாள். அமிர்தத்திற்கு நாக்குப் பின்னிற்று. வெடவெட என்று தேகம் பதறிற்று.

"அமு! இப்ப எதுக்கு அதை எடுத்தே?" என்று குரலை உயர்த்தினாள் குஜலம். வளைத்துக் கொள்ளப்பட்ட மிருகம் மாதிரி முரட்டு தைரியத்துடன் அமிர்தம் எதிர்க்கத் தொடங்கினாள்.

"எல்லாம் காரியமாகத்தான்!"

"என்ன காரியம்?"

"சொல்றேன், கொஞ்சம் பொறு" என்று அமிர்தம் பிள்ளையை நோக்கி நடந்தாள். பிள்ளையையும், அமிர்தத்தையும் மாறிமாறிப் பார்த்துவிட்டு, குஜலம் ஒரே பாய்ச்சலில் பாய்ந்து பையை அவள் கையிலிருந்து பிடுங்கிக் கொண்டு விட்டாள்.

"உன்னை யார் எடுக்கச் சொன்னா?"

"யாரு சொல்லணும் எனக்கு? நானாகத்தான் எடுத்தேன்."

"எதுக்காக?"

"அது என்னுது தானே."

"உன்னுதா!" குஜலம் இந்தப் பதிலைக் கேட்டுத் திகைத்து விட்டாள்.

"சரி உன்னுதுதான், இப்பொழுது அதை வெளியில் எடுப்பானேன்?"

"அது வெளியில்தான் போகணும். அது இங்கிருக்க எனக்கிஷ்டமில்லை."

"ராசுக்கு தர்மம் கொடுக்கபோறியோ!"

"மாமாவுக்கு ஒண்ணும் நாம் பிச்சை கொடுக்க வேண்டாம். முதலியாருகிட்ட திருப்பிக் கொடுத்துடலாம்னு—"

“நான் தான் யோசனை சொன்னேன்” என்று ராஜுப்பிள்ளை குறுக்கிட்டார். “இல்லை, நான் தான் சொன்னேன். மாமா கிட்டக் கொண்டுபோய் முதலியாரு கிட்டவே திருப்பிக்கொடுத் திடுங்கன்னு,”

“அமிர்தம், இதை ஏன் மறைக்கணும்? குஜலம், நான் தான் அந்த யோசனை சொன்னேன். அது அழுது அழுது கலங்குவதைப் பார்க்க எனக்குச் சகிக்கவில்லை” என்று தவித்தார் பிள்ளை.

“ராசு, இதெல்லாம் எப்ப கத்துகிட்டே? ஆளில்லா சமயத்திலே—விஷம் கலக்கிறவித்தையெல்லாம்–,” என்று குஜலம் தொடுத்தாள்.

“ஆளில்லா சமயத்துக்கு வர, திருடன் இல்லே நான். பார்த்து விட்டுப் போகலாம்னு வந்தேன். அமுவைக் காப்பாற்றச் சமயம் வாய்ச்சது. நல்ல சமயத்திலே தான் வந்திருக்கேன்.

“ராசு, உனக்கு ஆழம் தெரியலே. இப்ப போலீஸிலே கேசு குடுத்தா, உன் மிருதங்கம், பேரு எல்லாம் எங்கே போகும் தெரியுமா?” என்று விரட்டினாள் குஜலம். உடல் கோபத்தில் நடுங்கிக்கொண்டிருந்தது.

“போலீஸ்ஜம்பம் ஒண்ணும் இங்கே சாயாது. நியாயம் எதிர்க்கக்ஷியிலே இருக்கு. போலீசும் நீயும் சேர்ந்து என்ன பண்ணு முடியும்?” என்று நிதானமாகப் பதில் சொன்னார் பிள்ளை.

“ராசு, உனக்கு அடுக்குமா இது? குழந்தையைக் கெடுக்கவும் செஞ்சிட்டு இப்படி அழுத்தமா பதிலும் சொல்றியே”

“உன் குழந்தையைக் கெடுக்க வரலை நான். நீதான் கெடுக்கறெ. நீ பெரிய ரூபாமோகினி. பணம்னா என்ன வேணாலும் செய்வே. உன் புத்தி மழுங்கிப் போச்சு,”

“என் புத்தி மழுங்கித்தான் போச்சு. இவ்வளவு நீ பேசறப்போ கழுத்தைப் பிடிச்சு வெளியிலே தள்ளாமெ, கேட்டுக்கிட்டே இருக்கேனே! என் புத்தி மழுங்கித்தான் போச்சு! பாவி என் புத்திதான் மொண்ணை ஆயிடிச்சு!” என்று உள்ளங்கையில் கன்னத்தைச் சாத்திக்கொண்டாள் குஜலம்.

“ஹம்” என்று நாற்காலியை விட்டு எழுந்தார் பிள்ளை. “என்னையா கழுத்தைப் பிடிச்சு வெளியே தள்ளணும்?”

“உன்னைத்தாண்டா, துரோகி!”

“அம்மா, ரொம்ப அதிகமாய் போவுது. போதும், மூடு வாயை! காளவாயை!” என்று அமிர்தம் சீறினாள்.

"சீ, சும்மா இரு. பெத்த வயித்துலே உலை வைக்கிறயே ஊரானோட சேர்ந்துகிட்டு! அப்பா காலகண்டா, வெளியே போ, இனிமேல் இந்த வீட்டுக் குத்துச் செங்கல் மேலே அடி எடுத்து நீ வச்சா, சாமரம் தான் வீசணும்!"

"சீ, பேத்தாதே, நான் போறேன்."

"ஐயையோ அம்மா, உன் நாக்கு அழுகிப்போயிடும். மாமா, மாமா! எனக்கு ஒண்ணும் முடியலையே!" என்று அமிர்தம் அலறினாள்.

"இந்த வீட்டுக் குத்துக்கல்லை மிதிக்க அவ்வளவு பாவம் பண்ணிடலை இந்தக் கால்!" என்று பிள்ளை நகர்ந்தார். அமிர்தம் துடியாகத் துடித்தாள்.

"சரி, நீ புண்யவானா இரு, இங்க வரவே வராதே, வந்தாக் காலொடியும்!" என்று சத்தம் போட்டாள் குஜலம்.

ராஜுப்பிள்ளை வாசல் வரையில் போய்விட்டார். கேட்காத சொற்களைக் கேட்ட அவர் மனம் கிடந்து துடித்தது. வாசற்படியில் வேகமாக இறங்கினார். பெரிய சுமையைத் தூக்குகிறவன் மாதிரி அவமானத்தின் பளு தாங்காமல் அவர் வேகமாக நடந்தார். ஆகாசமும் காற்றுங்கூட அவருக்கு அந்தச் சமயம் விஷமாகப்பட்டன. தன்வீட்டுக்குள்ளே நுழைந்து, கண்ணை மூடி மூடி, இந்தச் சுமையைக் கொஞ்சம் கொஞ்சமாக இறக்கியபோதுதான் அவருக்குப் படபடப்பு குறைந்தது.

# தணியாத தூவானம்

"இந்த வீட்டு வாசற்படியிலே கால்வைக்காட்டா வீடே பாழாய்ப் போய்விடும் பாரு! என்னமோ, துர்வாசர் மாதிரி பேசிவிட்டுப் போறான், துக்கிரி!" என்று ராஜூப்பிள்ளை வாசற்படியைவிட்டு இறங்கிப்போனதும் குஜலம் வெறுப்பையும் நெருப்பையும் கக்கினாள்.

"அவர்தான் போய்விட்டாரே உன் மூஞ்சிக்கப்பாலே! ஏன் இன்னும் குமுறிக்கொண்டே யிருக்கணும்?" என்று அமிர்தம் அவளை அடக்கப் பார்த்தாள்.

"ஆமாமா, ஒனக்குப் பேச வாய் ஒண்ணு இருக்கு, பாரு! பெற்ற வயிற்றில் பிரண்டையை வச்சுக் கட்டிக்கணும்! அவன் சொன்னானாம், நான் கொண்டு கொடுத்து விடுகிறேன் என்று! உடனே குடுகுடுன்னு ஓடிப்போய், மறு சாவி போட்டுத் திறந்து பையை எடுத்து வந்தாயாக்கும்? அது அவன் கையில் மாத்திரம் போயிருக்கணும்! அப்புறம்னா வேடிக்கையைப் பார்க்கணும்!"

"வேடிக்கை யெல்லாம்தான் பார்த்தாய் விட்டதே! குறவன் குறத்திமாதிரி திட்டி வாயாலே கிழிச்சுத் தள்ளி விட்டியே அவரை! பகவான் இதுக்குத்தானே உனக்கு நாக்குக் கொடுத்திருக்கிறான்! இப்படி வைதால்தானே பின்னாடி நன்றாக அனுபவிக்கலாம்!"

"நான் ஏண்டி அனுபவிக்கணும்? காரணமில் லாமல் வைய்ய எனக்குப் பைத்தியம் கிய்த்தியம் பிடித்துவிடவில்லை."

“பைத்தியம் இப்படி நாக்கை நஞ்சிலே தோய்த்தா வையும்? நிதானமாயிருக்கிறதுதான் இப்படி வையச் சொல்லுகிறது!”

“நிதானம் உங்கிட்டத்தானே கற்றுக்கொள்ளணும்? நிதானத்தோடு தானே பையைக் கொண்டு கொடுத்தே!”

“அம்மா வெறுமே அதைப் பேசிக்கொண்டு கிடப்பானேன்! அதான் வெடுக்கென்று பிடுங்கிக்கொண்டு விட்டாயே!”

குஜலத்திற்குப் பேச்சு அகப்படவில்லை. எஞ்சியிருந்த ஆத்திரதத்தை யார் மேலாவது கொட்டியாக வேண்டும். துளசி, சின்னம்மாவும் பெரியம்மாவும் பேசுவதைக்கேட்டு வேடிக்கை பார்த்துக் கொண்டிருந்தாள்.

“ஏ ஜடம், ஏன் துணியைக் கம்பிலே மடிச்சு சுவரிலே சாத்தி வச்சிருக்கே? கம்ப சேர்வை பண்ணப் போறியோ? ஏன் உலர்த்த முடியலையோ? அதுக்குள்ளியும் கச்சேரி கேக்க வந்துட்டியாக்கும்?” என்று குஜலம் அவளைப் பார்த்து ஆரம்பித்ததும், துளசி பேசாமல் கொடியில் புடவையைப் போட்டு இழுத்துவிட்டுக் கம்பை ஒரு மூலையில் சாத்தினாள்.

“கம்பு வைக்கிற இடம் இதுதானோ? உள்ளே கொண்டு வையடீ,” என்று சத்தம் போட்டாள் குஜலம்.

துளசி கம்பை எடுத்துக்கொண்டு கொல்லைப்பக்கம் நகர்ந்ததும், குஜலமும் அவளைத் தொடர்ந்து சென்றாள்.

அமிர்தம் நாற்காலியை விட்டு எழுந்திருக்கவில்லை.

குஜலம் உள்ளே போனவள் பையைப் பத்திரமாகப் பெட்டியிலே வைத்துவிட்டுக் கூடத்தை ஒரு புறம் பார்த்து விட்டுக் கொல்லைப் பக்கம் போனாள். கம்பைச் சார்ப்பு மூங்கிலுக்கிடையில் செருகிவிட்டு, அப்பொழுது தான் துளசி மடியிலிருந்து சருகு நாற்றம் கண்ட வெற்றிலையை எடுத்துச் சுருக்கங்களை இழுத்துச் சுண்ணாம்பிட்டுக் கொண்டிருந்தாள்.

“துளசி, இங்க வா,” என்று அவளைக் கூப்பிட்டுக் கொண்டே வெந்நீர் உள்ளின் வாயிற்படியில் உட்கார்ந்தாள் குஜலம்.

“ஏண்டி அசடு இத்தனை வருஷமா நம்ம வீட்டிலே வேலை செஞ்சிட்டு வரேயே. இந்தப் புத்தி இல்லையே உனக்கு!”

“என்னாம்மா?”

“என்னாம்மாவா? ராஜூப் பிள்ளை வந்திருக்காருன்னு எங்கிட்ட ஓடியாந்து சொல்லக்கூடாது? கல்யாண வீடு ரொம்ப தூரம்னு சும்மா இருந்திட்டியோ?”

"எதுக்கா அம்மா சொல்லணும்?"

"எதுக்காகவா? ஏண்டி, அசடு மாதிரி எதுக்காகன்னு கேக்கிறயே! சின்னம்மா சிறிசுதானே. உன்னைப் போலேயும் என்னைப் போலேயும் நாலு இடத்தைப் பார்த்துப் பழகியிருக்கா அது? அதுக்கென்ன தெரியும்? சொல்லுகிறவன் பேச்சை யெல்லாம் கேட்டுக்கிட்டு, ஆடத்தானே தெரியுது அதுக்கு. இல்லாட்டா அந்த நக்ஷத்திரையன் பணத்தைக் கொண்டுவரச் சொன்னதும், இரண்டாம் பேச்சுப் பேசாமல் கொண்டுவந்து கொடுக்குமா? அதிருக்கட்டும், ராஜு எப்ப வந்தான் இங்கே? சின்னம்மா கிட்ட என்ன சொன்னான்? அது ஏன் பெட்டியைத் திறந்து பணத்தைக்கொண்டு வந்தது? எல்லாம் நடந்தது நடந்தபடியே சொல்லணும்."

"நான் என்னாம்மா புதிசா சொல்லப்போறேன்? சின்னம்மா வும் அந்த ஐயாவும்தான் எல்லாத்யையும் சொல்லிட்டாங்களே!"

"அதிருக்கட்டுமடீ. உங்கிட்ட கேட்டா நீ சொல்லுடீன்னா? இரண்டாம் தடவை கேட்டால், என்காதுதான் வலிக்கப்போவுதோ, உன் வாய்தான் சொன்னா வலிக்கப் போவுதோ! சொல்லு."

"அதாம்மா, முதலியாருகிட்ட நானே கொண்டு கொடுத்திடறேன்னிட்டு அந்த ஐயா சொன்னாங்க. அம்மா எடுத்துக்கொண்டு வந்துச்சு."

"அதைப் பார்த்துகிட்டு நீ பேசாம இருந்தையாக்கும்?"

"பின்னே நான் என்னா செய்யறது?"

"எங்கிட்ட ஓடி வந்து சொல்றதுக்கென்ன? எழுபத்தி ஐயாயிரம் ரூவான்னா? கிள்ளுக்கீரையா? போலீஸிலே நான் கேசு போட்டிருந்தா உன்னையுமில்ல கொண்டு போயிருப்பாங்க!"

"என்னாம்மா. ரொம்ப ரொம்ப பயமுறுத்திறீங்க! உங்க போலீசெல்லாம் என்னை என்னாம்மா செய்யும்?"

"சரிடீ! இரையாதே. அது கிடக்கட்டும். பணத்தைத் திருப்பிக் கொடுக்கட்டும். இவன் கையிலே கொடுப்பானேன்? இவன் ஏப்பம் விட்டூட்டான்னா?"

"யம்மா, எனக்கு இந்தப் பேச்சே பிடிக்கலேம்மா. அதுவும் அந்த ஐயாவைப் பார்த்து அப்படிச் சொன்னா, நாக்கு அழுகிப் போயிடும்!"

"ஆம், ஆம்!" என்று கோபத்தை அடக்கிக் கொண்டாள் குஜலம். "அது இருக்கட்டும். முதலியாருகிட்டத் திருப்பிக் கொடுப்பானேன்?"

“திருப்பித்தானே அம்மா கொடுக்கணும்! அவங்களைப் பிடிக்காட்டா, அவங்க பணம் ஏதுக்கு? என் பெண்ணுக்கு இதுமாதிரி யாரேனும் கொடுத்தான்னா, தலையைச் சுத்தி ஒரு நாழிக்கு முன்னாடி எறிஞ்சிருப்பா! சின்னம்மா எங்க ஊட்டுலே பொறந்திருந்ததுன்னா, இத்தினி நாளா கல்யாணத்தைப் பண்ணிக்கிட்டு, புள்ளையும் குட்டியுமா இருக்கும். மானத்தை வித்துட்டுத்தான் மெத்தை ஊட்டிலே இருக்கணுமோ? சின்னம்மா வேறே என்னம்மா சொல்லுது?”

குஜலம் அதிகமாக இடங்கொடுத்து விட்டோமே என்று வருத்தப்பட்டாள். அதன் பயனாகத் துளசியை அங்கேயே பக்கத்திலிருந்து விறகு கட்டையை எடுத்து, மண்டையை உடைத்து விடலாமா என்றும் தோன்றிற்று.

“மானம் அவமானம் ரொம்பத் தெரியுமோ உனக்கு, நாயே! என்னா ரொம்ப மிஞ்சிப்போவுது!”

“யம்மா! நீ கேட்டே, நான் சொன்னேன். மிஞ்சி என்னம்மா போயிட்டேன்?”

“உனக்குத்தான் மானம் தெரியும்போலிருக்கு! பதிவிரதையைப் பாரு! ஏண்டி சீதையம்மா, கையில் பத்து காசு கொடுத்தா, எத்தனை பேருக்கு பதிவிரதையா இருப்பே இந்தத் தித்திப் பல்லைக் காட்டிக்கிட்டு?”

“ஐயோ!” என்றாள் துளசி. அவளுடைய கோபம் – ஏழையின் கோபம் – துக்கமாக மாறிவிட்டது. விசித்துக் கொண்டே உள்ளே கூடத்திற்குப்போய் அமிர்தத்தின் முன் நின்றாள்.

“என்னடி?”

“நான் போறேம்மா. இந்தச் சங்காத்தம் வாண்டாம்! என் மானத்தை வாங்கிப்பிட்டாங்க உங்க அம்மா!”

“என்னடீ சொன்னாங்க? உங்கிட்ட வேறே என்ன சொன்னா அவ?”

அம்மா நான் மானங் கெட்டவளாம்! நான் போறேம்மா. பாம்புகாரன் பாம்பு கடிச்சுத்தான் செத்துப்போவான். இங்கே வேலை செஞ்சதுக்கு, பட்டம் வேறே கட்டி விட்டாங்க அம்மா!”

“அங்கே என்னடி பேச்சு? போடி வெளியிலே! காலை வாங்கிப்பிடுவேன் இனிமே இங்கு நின்னா!” என்று குஜலம் விறகுச் சுள்ளியைத் தூக்கிக்கொண்டு வந்தாள்.

அப்பொழுதுதான் அமிர்தம் துள்ளி எழுந்தாள்.

"நீ பேரு கட்டிவிட்டே! அடிக்க வேறே வந்திட்டே! என்மேலே படட்டும் அந்தச் சுள்ளி மாத்திரம்!" என்று துளசி எதிர்த்து நின்றாள்.

குஜலம் அவள் கண்ணைப் பார்த்தாள். உடல் முழுவதும் ஒரு நடுக்கம் ஓடிற்று. பயத்தில் உடல் முழுவதும் முள்ளிட்டுப் போயிற்று. தானாகவே தொனியும் இறங்கி விட்டது.

"இனிமேல் நீயும் வாண்டாம், உன் வேலையும் வாண்டாம், போ!" என்று சொல்லி வைத்தாள்.

"நீ யாரு அவளை வேலையை விட்டுப் போகச் சொல்ல?" என்று குறுக்கிட்டாள் அமிர்தம்.

"யம்மா நானே போறேனம்மா! நான் அப்பவே போயிருக்க வேண்டியவள்! உங்களுக்காகப் பொறுத்துகிட்டிருந்தேன். இனிமே முடியாது. தொம்பசாதிகூட இந்த வசவு வைய்யாது!" என்று தழதழத்துக் கூறிக்கொண்டே துளசி நடையைக் கட்டிவிட்டாள். குஜலத்திற்கு, திக்! திக்! என்று அடித்துக்கொண்டது.

'இனிமே நான்தான் வெளியிலே போகணும்!' என்று சுவரோரமாக முழங்காலைக் கட்டிக்கொண்டு உட்கார்ந்தாள் அமிர்தம். குஜலம் பதில் பேசவில்லை. நாற்காலியில் உட்கார்ந்து கொண்டு சற்றுக் கழித்து 'நீ ஏன் போகணும்? நான் போயிடறேன்! நீயே சுகமாயிரு!' என்ற விசிறியை எடுத்து விசிறிக் கொண்டாள்.

முள்மேல் இருப்பதுபோல் இருந்தது அமிர்தத்திற்கு. இன்னும் அங்கு உட்கார்ந்திருந்தால் அம்மா பேச்சை வளர்த்துவாள் என்று பயந்து, உள்ளே போய்த் தட்டை எடுத்து வைத்து, தானே எல்லாவற்றையும் எடுத்துக் கொண்டு சாப்பிட உட்கார்ந்தாள். பாதி சாப்பிட்டுக் கொண்டிருக்கும்போது குஜலம் வந்து, 'என்னைக்கூப்பிடக் கூடாதா?' என்று அமிர்தத்தின் பக்கத்திலிருந்த பச்சைத் தண்ணீரைக் கொட்டிவிட்டு வெந்நீரை எடுத்து வைத்தாள்.

"நீ ஒன்றும் எனக்குப் போட வேண்டாம்! எனக்குச் சாப்பிடத் தெரியும், போ! போயேன்! இங்கே ஏன் நிக்கறே? போயேன்!" என்று சீறி விழுந்தாள் அமிர்தம்.

"இங்கே நிக்கப்படாதா? சரி!" என்று கூடத்திற்குப் போனாள் குஜலம்.

சாப்பிட்டுவிட்டுக் கையலம்பப் போனபோது, சொம்பில் ஜலத்தை மொண்டு கையில் கொடுக்கும் துளசி அங்கு இல்லாதது, அமிர்தத்திற்கு வலதுகை ஒடிந்து விழுந்தாற்போலிருந்தது. உடனே

நேரே மாடிக்குப் போய்க் கதவைத் தாளிட்டுப் படுக்கையில் சாய்ந்து கொண்டாள்.

நடுப்பகல்; ஒரு மணி இருக்கும். மண்டை வெடிக்கும் வெயில். கண்ணையும் வெளியே திருப்ப முடியவில்லை. ஜன்னலிலிருந்து பார்த்தால் அனல் காற்று வலை போட்டாற்போல் குறுக்கும் நெடுக்கும் அலையிட்டு நெளிந்து கொண்டிருந்தது. அந்தக் கோடைச் சூடு உயிர்களனைத்தையும் அயர்த்திவிட்டிருந்தது. காம்பவுண்டிலுள்ள மரங்கள் அந்தச் சூட்டில் அசையக்கூட முடியாமல் உயிர் போய்விட்டனபோல் நின்று கொண்டிருந்தன. நடுப்பகலின் நிசப்தம் சுமைபோல் உயிர்கள்மீது விழுந்திருந்தது. நீல விண்ணின் உயரத்தில் புள்ளிபோலத் திரிந்துகொண்டிருந்த கழுகொன்று, எப்பொழுதேனும் குழைவாக ஒரு கத்துக்கத்தி விட்டு நிற்கும். தோலை உரிக்கும் அந்த வெய்யிலில் அலைந்து கொண்டு ஒரு பேரீச்சம் பழக்காரன் ஓட்டைச் சொம்புப் பித்தளைக்கு நெஞ்சுலரக் கத்திக்கொண்டு போனான்.

ஒரே புழுக்கம். உடல் வெந்துகொண்டிருந்தது. அமிர்தம் ரவிக்கையைக் கழற்றிப் போட்டுவிட்டு மறுபடியும் படுத்தாள்.

ராஜுப்பிள்ளை அம்மாவிடம் சன்மானம் வாங்கிக் கொண்டு போய்விட்டார். துளசியும் வேலையை விட்டுப் போய் விட்டாள். மனக்கவலை அமிர்தத்தின் ஹ்ருதயத்தை அமுக்கி கொண்டிருந்தது. புழுக்கம் உடலை வாட்டியெடுத்தது. 'அப்பா! அப்பா!' என்று புடவைத் தலைப்பால் விசிறிக் கொண்டாள் அமிர்தம்.

சற்றுக் கழிந்ததும் தோட்டத்துப் பசுமையில் தோய்ந்துவந்த காற்று ஜிலு ஜிலு வென்று வீசிற்று; தூக்கம் இமையை இறுக்கிற்று. சிறிது நேரத்திற்கெல்லாம் அமிர்தத்தின் மார்பு விம்மி விம்மி ஏறி இறங்கிக்கொண்டிருந்தது தூக்கத்தின் கேட்காத இசைக்குத் தாளம்போல. அழகும் ஏக்கமும் தென்றலின் இசையைக் கேட்டுக் கொண்டு அந்த மஞ்சத்தில் துயின்று கொண்டிருந்தன.

## வாழ்க்கைச் சதுரங்கத்தில்

சாயங்காலம் ஆறு மணி. முதலியார் வீட்டு மாமரத்து இலைகள் வழியாக மஞ்சள் வெயில் காய்ந்து கொண்டிருந்தது. வெயிலில் பொன் தூசிகள் பறந்தன. சப்பளம்கட்டி உட்கார்ந்திருந்த ரத்னம் நிமிர்ந்து பார்த்த போது பொன் வெய்யிலில் செம்பட்டை மயிர் மின்ன, யாரோ ஒரு பெண் பிள்ளை வந்துகொண்டிருந்தாள். வெள்ளை ரவிக்கை; கறுப்புப் புடவை; ஆள் வாட்டசாட்டமாக இருந்தாள். அவனிடம் வந்து, "முதலியாரு இருக்காங்களா?" என்று லேசாகச் சிரித்துக்கொண்டே கேட்டாள்.

"ஏன்?"

"பார்க்கணும்!"

"சொல்லு, யாரு எங்கேருந்துன்னு கேட்டாருன்னா?"

"அதெல்லாம் உன்கிட்ட சொல்லப்படாது."

"அப்ப இரு, கூட்டியாரேன்."

"நான் தான் போய்ப் பார்க்கணும்."

ரத்னம் விழித்தான்; "நான் போய்ச் சொல்லி விட்டானும் வரேன், செத்தெ இரு!" என்று சொல்லி உள்ளே போனான்.

அவள் அவசரப்பட்டுக் கொண்டிருந்தாள். "போ. உள்ளே வரச் சொன்னாங்க," என்று ரத்னம் திரும்பிவந்ததும் விறு விறு என்று உள்ளே போனாள்.

"நீங்கதானே முதலியாரு?"

"ஆமாம்"

"அம்மா—குஜலத்தம்மா—உடனேகூட்டியாரச் சொன்னாங்க."

"என்ன விஷயம்?"

"அதெல்லாம் எனக்கு எப்படித் தெரியுங்க?"

"சரி, போ!"

அவள் வேகமாகத் திரும்பினாள். ரத்னம், "யாரு? என்ன?" என்று கேட்டான்.

"அது உனக்கென்னா? வேலைக்காரனா லட்சணமாயிரு!" என்று சொல்லிவிட்டுப் போனாள் அவள். ரத்னம் வாயடைத்துப் பின்னால் பார்த்துக்கொண்டிருந்தான். அவன் தன் மனதை அவள் பின்னால் தொடரவிட்டு நின்ற பொழுது செருப்புச் சத்தம் கேட்டது. வாரிச் சுருட்டிக் கொண்டே எழுந்தான். முதலியார் வெளியே போய்க் கொண்டிருந்தார்.

முதலியார் குஜலத்தின் வீட்டினுள்ளே நுழைந்தபோது கூடத்தில் ஒருவரும் இல்லை. ஒரு நாற்காலியை இழுத்துப் போட்டுக்கொண்டு அவர் உட்கார்ந்து சுற்று முற்றும் ஒரு முறை பார்த்தார். வெவ்வேறு மேதைகள் நிறைந்த ராஜ சபை மாதிரி பற்பல நறுமணங்கள் கூடம் முழுவதும் கமழ்ந்துகொண்டிருந்தது. கூடத்திலுள்ள விளக்குகள் யாவும் எரிந்துகொண்டிருந்ததால் நீலச்சுவரிலும், பளிங்குத்தரையிலும் சமமாக மினுமினுப்புப் படிந்திருந்தது. இடது மூலையில் ஒரு முக்காலிமீதிருந்து சந்தனப்புகை எழுந்து பரவிற்று. எதிரே நடனமிட்ட தந்த நடராஜர் மீது பூவாகச் சொரிந்திருந்தது. எங்கேபார்த்தாலும் புஷ்பம், மணம், புகை, இந்தப் போதையில் மயங்கிய அவருடைய உள்ளம் சிந்தனையற்றுக் கிடந்தது.

சற்றுக் கழித்துச் சந்தனப் பேலாவைக் கையில் ஏந்திக்கொண்டு குஜலம் கூடத்திற்கு வந்தாள்.

"இப்பொழுதுதான் வந்ததா? என்னமோ, மத்யானம் தோன்றிற்று நாளென்ன நட்சத்திரமென்ன என்று. மங்கள காரியங் களுக்கு மனசில் நினைத்ததுதான் முகூர்த்தம். இப்பொழுதே நடத்திவிடுவோமே என்று மனசிலே என்னமோ பட்டது. உடனே வேலைக்காரியிடம் சொல்லி அனுப்பித்தேன்," என்று சொல்லிக்கொண்டே குஜலம் அவர்முன் சந்தனப் பேலாவை நீட்டினாள்.

முதலியாருக்கு ஒன்றும் தோன்றவில்லை; குஜலத்தின் செய்கையின் அர்த்தமும் அவருக்குப் புரியவில்லை. இயந்திரம்

போல விரலைச் சந்தனத்தின் தோய்த்து மூக்கினருகில் கொண்டு போனார். ஆனால்! சந்தனத்தில் மனமில்லாததால் அதன் மணமும் தெரியவில்லை. இருந்தாற்போலிருந்து குஜலம் அமர்க்களப்படுத்துவதின் காரணத்தைக் கண்டுபிடிப்பதில் அவர் சிந்தை குழம்பிக்கொண்டிருந்தது.

குஜலம் தொடர்ந்து பேசினாள்: –“நான் ஒன்று நல்லது செய்ய வேண்டும் என்று நினைத்து விட்டால், உடனே அதைச் செய்து முடிக்காவிட்டால் எனக்கு இருப்புக் கொள்ளாது. அதுவும் சுபமாயிருந்தால் சீக்கிரம் முடிக்க வேண்டும் இல்லையா?”

முதலியார் பதிலுக்கு ஒரு புன்சிரிப்பே சிரித்தார். அவருக்கு என்ன சொல்வதென்று புரியவில்லை. “திடீரென்று இன்று கூப்பிட்டனுப்பியானும் இதைச் செய்ய வேண்டிய காரணம் என்ன?” என்று அவளையே கேட்கலாமா என்று நினைத்தார். ஆனால் உண்மையில், வாய் திறந்து அந்தக் கேள்வியைக் கேட்க முடியவில்லை. குஜலத்தின் கேள்வியும் யோசனையும் கட்டளையாகத்தான் இருந்தன.

“வேலைக்காரியின் தொனியைப் பார்த்ததும், ரொம்ப அவசரம் என்று தோன்றிற்று. அதனால் தான் உடனே புறப்பட்டு வந்தேன். உடம்பு தேவலையா அமிர்தத்திற்கு? தலைவலியெல்லாம் எப்படி இருக்கு?” என்று கேட்டார்.

“தேவலை, மாடியிலே படுத்து இத்தனை நாழி நன்றாகத் தூங்கினாள். எழுந்திருக்கவில்லை போலிருக்கு இன்னும்; இருங்கள்,” என்று குஜலம் எழுந்து போய்க் கொல்லையிலிருந்த வேலைக்காரியிடம், “மீனி, மாடியிலே சின்னம்மா தூங்குது. காப்பிகூட இன்னும் சாப்பிடவில்லை. போய் எழுப்பு. இன்னும் என்ன தூக்கம் அசுர வேளையில்?” என்று அவளைக் கிளப்பி விட்டதும், வேலைக்காரி மாடிப்படியேறினாள். கதவு தாளிட்டிருந்தது. இரண்டு மூன்று தரம் இடித்தாள்.

அமிர்தம் வெகுநேரம் தூங்கிவிட்டாள். “அம்மா, மணி ஏழாகப் போவுது,” என்றாள். அவள் தூக்கம் கலைந்து சோம்பல் தெளியாமல் படுக்கையிலே கிடந்த பொழுது, “அம்மா காப்பி குடிக்கக் கூப்பிடுறாங்க,” என்று யாரோ கதவைத் தட்டும் சப்தம் கேட்டது. அமிர்தம் கதவைத் திறந்தாள்.

“அம்மா காப்பி குடிக்கக் கூப்பிடறாங்க. பொளுது சாஞ்சிட்டுது,” என்று ஒரு குறும்புச் சிரிப்புச் சிரித்துக் கொண்டே சொன்னாள்.

“நீ யார்?”

“நான்தாம்மா புது வேலைக்காரி!”

“ஓகோ, புதுவேலைக்காரிகூட வச்சாயிடுத்தா? இம்!” என்று அமிர்தம் கூந்தலைக் கட்டிக்கொண்டே வந்தாள். மாடிக் கட்டைக்கருகில் வரும்போது மல்லிகையின்மணம் உள்ளத்தைப் பரவசப்படுத்தியது. கீழே மேஜையின் மேல் புஷ்பங்கள் உதிர்ந்து கிடந்தன. கூடத்தில் மாட்டியிருந்த படங்களுக்கெல்லாம் புஷ்பம்! ஊதுபத்தி புகைந்து கொண்டிருந்தது. அவளுக்கு முதலில் ஒன்றும் புரியவில்லை. வெள்ளிக்கிழமை ஆர்ப்பாட்டமோ என்று சாதாரணமாக நினைத்தாள்.

ஆனால் அது வெள்ளிக்கிழமையின் ஆர்ப்பாட்டமல்ல; குஜலத்தின் வெறி. தோற்றுப்போகும் சூதாடி, கடைசியில் கையிலுள்ள அனைத்தையும் போட்டு அதிர்ஷ்டத்தோடு வெறி யுடன் மன்றாடுவதுபோலக் குஜலம் தன் மூல பலத்தையெல்லாம் அன்று உபயோகித்திருந்தாள். அதன் பலனாகத்தான் என்றுமில்லாத மணங்களும் புகையும் கூடத்தை மூச்சுத் திணற அடித்துக்கொண்டிருந்தன. முதலியாரும் பிரசன்னமாயிருந்தார்.

மாடிப்படியில் அமிர்தத்தைப் பார்த்தபோதுதான் ஒளியும் மலரும் நிறைந்த கூடம் பூர்ணமாயிருப்பதுபோல் அவருக்குப்பட்டது. மின்னல் அப்படியே நின்றுவிட்டது போல் அவள் நின்றுகொண்டிருந்தாள். கூந்தல் முதுகில் புரண்டு கொண்டிருந்தது. கழற்றி வைத்த ரவிக்கையைப் போட்டுக்கொள்ள அவள் மறந்து போய்விட்டாள். தாழம்பூவின் உள்மடலைப்போல யௌவனமும் தோள்பட்டையும் வெளிச்சத்தைப்பார்த்துக் கூசிக்கொண்டிருந்தன. சட்டென்று புடவையை இழுத்துப் போர்த்துக் கொண்டு, மறுபடியும் மாடிக்குப் போய், ரவிக்கையை அணிந்துகொண்டு திரும்பினாள். முதலியாரைப் பார்த்ததும், அவள் முகத்தில் வறண்டுபோன ஒரு புன்னகை வெகு சிரமத்துடன் வந்து போயிற்று.

“நீ கும்பகர்ணி ஆயிட்டியா, அமூ?” என்று சிரித்துக்கொண்டே குஜலம் அவளைப் பார்த்தாள். போ, கிணற்றடியிலே மூஞ்சியை அலம்பிட்டு வா.”

அமிர்தமும் குஜலமும் கொல்லைப்பக்கம் போனார்கள். சோம்பல் முறித்துவிட்டு அமிர்தம் வானத்தைப் பார்த்தபோது சுக்கிரன் கிளம்பி இருந்தது. அப்பொழுதுதான் தன்னுடைய பிரதோஷ சங்கீதத்தின் நி நீ பல்லவியைச் சுவர்க்கோழி துவக்கி இருந்தது. நரையிட்ட அந்தி மரங்களின் அமைதியில் ஏறிக்கொண்டு கோயிலின் கண்டாமணி நாதம் வந்தது.

"அழு, சீக்கிரமா மூஞ்சி யலம்பிக்கோ, நாழியாயிடுத்து!" என்று குஜலம் துரிதப்படுத்தினாள்.

"எதுக்கு நாழி ஆயிடுத்து?"

"இனிமேலும் உனக்கு வியாக்யானம் பண்ணிச் சொல்லணும்!"

"என்னமோ பட்டாசாரியாரைக் கூப்பிட்டு, நாள் நட்சத்திரம், ஆகாசம் பாதாள மெல்லாம் பார்த்தியே?"

"அதெல்லாம் அப்புறம் பேசிக்கொள்ளலாம் –"

"நட்சத்திரம், பஞ்சாங்கம் எல்லாவற்றையும் உன் போக்குக்கு மாற்றியாகணும் போலிருக்கிறது!"

அமிர்தத்தின் பேச்சில் கிண்டல் நிரம்பியிருந்தது; வீரமில்லை. குஜலத்தின் முடிவிற்கு அவள் பணிந்துவிட்டாளா? குஜலமும் மேலே பேசாமல் உள்ளே போனாள். தோல்வி வெறியில் உள்ளதையெல்லாம் வைத்து ஆடும் சூதாடி ஒரேயடியாக வெற்றி அடைந்ததும், மறுபடியும் அந்தச் சமயம் ஆட உட்கார மாட்டான்; அவனுக்கு ஓடத்தான் தெரியும்; இன்னும் உட்கார்ந்தால் அதிர்ஷ்டமும் தன்னை விட்டு ஓடிவிடும் என்று அவன் நன்றாக அறிவான்.

# மின்னல் தாக்குதல்

மீன் மார்க்கட்டுத் தெருவின் ஓரத்தில் இருபது முப்பது கூரை வீடுகளே உண்டு. வெயிலிலும் மழையிலும் அடிபட்ட கூரைக் கீற்றுகள் எல்லாம் நொருங்கிக் கிடந்தன. இருள் கவிந்து வரும் சமயம், ஓரிரண்டு நாய்கள் குரைத்துக் கொண்டிருந்தன. ஒரு கறுப்பு நாயின்மீது ஏறி இரண்டு குழந்தைகள் அதைப் படாதபாடுபடுத்தின. அந்த இம்சைகளை யெல்லாம், பெற்றெடுத்த தாய்மாதிரி மௌனமாகப் பொறுத்துக் கொண்டே இருந்தது கறுப்பு நாய். பெரிய குழந்தை நாயைவிட்டு இறங்கி இறங்கி, அதன் காதைப் பிடித்துத் தன் பலம் முழுவதையும் செலுத்தி ஒரு இழுப்பு இழுத்தது. வலி பொறுக்காமல் நாய் ஊளை இட்டதும், அதை இழுத்துச் சின்னக்குழந்தை கொஞ்சிற்று.

“எலே, என்னாடாது? இப்பிடித்தான் காதைப் பிடிச்சு இளுக்கிறதோ? பிடுங்கிச் சுன்னா?” என்று கேட்டுக் கொண்டே வந்தான் தகப்பன். அப்பொழுது தான் வேலைக்குப் போய்விட்டு அவன் வீடு திரும்பி வருகிறான். அவன் உள்ளே போனபோது திண்ணையில் உட்கார்ந்து, சிமினி வெளிச்சத்தில் மண்ணெண்ணெய்ப்புகை மூக்கில் ஏற, அவனுடைய மூத்தபெண், “காப்பி என்பது ஒருவகை பானமாகும்!” என்று ராகம் போட்டுப் படித்துக் கொண்டிருந்தாள்.

“என்னா இன்னிக்குப் படிப்பெல்லாம் பலமாஇருக்கு! மளை தான் வரப்போவுது!” என்று அவன் கிண்டல் பண்ணினான்.

“நிமிர்ந்து தன் தகப்பனைப் பார்த்ததும், அவள் புஸ்தகத்தை மூடி விட்டு, அவனிடம் ஓடி வந்து, “இல்லெப்பா அம்மா சோறு ஆக்குது இன்னிக்கு!” என்று அவனை அழைத்துக்கொண்டு உள்ளே போனாள். ஆங்குப் புகைகிற அடுப்பைக் குனிந்து ஊதிக் கொண்டிருந்தாள் துளசி. அடுப்புக்கு மேலே ஒரு கட்டையில் பெட்ரூம் விளக்கு ஒன்று மினுக்கிக் கொண்டிருந்தது.

“என்னா, இன்னிக்கு இம்மாஞ் சுருக்கு? அம்மா ஊட்டு வேலையெல்லாம் ஆயிடுச்சா?” என்று கேட்ட வண்ணம் மூலை யில் சுருட்டி வைத்திருந்த பழம் பாயைப் பிரித்துப் போட்டு உட்கார்ந்தான் புருஷன்.

“ஆமாம், அம்மா ஊட்டு வேலை ஆச்சு! அடியோட ஆயிடுச்சு!”

“அடியோட ஆயிடுச்சின்னா?”

“ஆமாம், இனிமே அங்க போகவே வாணாம்!”

“ஏன், என்ன தகராறு?” துளசி பேசாமலிருந்தாள்.

“பண்டம் கிண்டம் கெட்டுப்போய், உன் தலையிலே பழி சுமத்திட்டாங்களா?”

“பண்டம் கெட்டுப் போகலை, பேருதான் கெட்டுப் போச்சு!” என்று துளசி தழதழத்து விம்மினாள்.

அவள் குரலில் நடுக்கத்தைக் கேட்டதும் சட்டென்று, தோள்மீது சாய்ந்திருந்த பெண்ணையும் உதறிவிட்டு அவன் எழுந்தான்.

“ஏன்! என்ன சொன்னாங்க?”!

“சொல்றது என்ன? திட்றதுதான். பெரியம்மா இருக்கில்ல! அது கேக்காத பேச்செல்லாம் பேசிடுச்சு இன்னிக்கி! என் மானத்தை வாங்கினது மில்லாம விறகுக்கட்டையைத் தூக்கி அடிக்க வேறே வந்திடுச்சு. பத்துக்காசை நீட்டினா, எத்தினி பேருக்குப் பதிவிரதையா இருப்பேடீன்னு என்னை—”

“ஆ!” என்று மலைத்தான் அவன். “நீ வேலைக்குப் போறபோதே தெரியுமே! இந்த ஈன சாதிக்கெல்லாம் போய் வேலை செய்யலாமா? நன்றிகெட்ட சாதியில்ல அது! எதுக்காவ அப்படிச் சொன்னா, அவ?”

துளசி நடந்தது எல்லாவற்றையும் அப்படியே சொல்லச் சொல்ல, அவனுக்கும் கோபம் ஏறிக்கொண்டு போயிற்று.

கடைசியில் மூலையிலிருந்த ஒரு கம்பை எடுத்து, "நீ சும்மா இரு, சொல்றேன். நீயாச்சு நானாச்சு என்று ஒரு கை பார்த்து வரவாணாம்? ரண்டு காசு கையிலே இருந்துச்சுன்னா என்ன வாணாச் சொல்லச் சொல்லுமோ?" என்று கிளம்பி விட்டான் அவன்.

துளசி அவனை வழி மறித்துக் கொண்டு மன்றாடினாள்.

"இந்தா, சும்மா இரு! இதெல்லாம் நல்லா இருக்காது பாக்கறவங்களுக்கு! போய் வசு நமக்கு என்னா ஆவப் போவுது! அதுவும் இத்தினி நாளா அவங்க சோத்தைத் தின்னுட்டு, இதெல்லாம் செய்யறது நல்லாயில்லெ! நான் சொல்றதைக் கேட்பீங்களா, மாட்டீங்களா?"

"சும்மாத்தான் சோறு போட்டாங்களோ? உசிரை வாங்கிட்டில்ல காசு கொடுக்கிறாங்க! இந்த வேலைக்கு மூணு ரூவா பெரிய கூலி பாரு! நீ ஒரு முதுகெலும்பு இல்லாதவ! அந்த மாதிரிபேசின நொடியிலியே, அந்த விறகுக் கட்டையைப் பிடுங்கிக்கிட்டு, மண்டையிலே ஒரு போடு போட்டிருக்கணும்! அப்புறம் தெரியும்! நீ இப்ப விடு, சொல்றேன்! ரண்டு பாட்டு விட்டுட்டு வந்தாத்தான் சோறு இறங்கும். மிரட்டி வச்சிருந்தாத்தான் இனிமே வரவ கிட்டியும் சரியா நடக்கத்தெரியும்!" என்று அவன் அவளை மீறிக்கொண்டு போக முயன்றான்.

"நீங்க சும்மா இருங்க; அவுங்க போலீசைக் கூப்பிட்டாங்கன்னா, அவங்களோட எதிர்த்து நிக்க முடியுமா உங்களுக்கு?"

"அப்படிப் போலீசிலே அம்பிட்டுக் கிட்டாப் போறேன் போ! அவள் திட்டினாளாம்! பல்லைக்காட்டி அளுது கிட்டு வந்தாளாம்!" என்று அவளை நகர்த்தி விட்டு அவன் தெரு இருட்டில் மறைந்து விட்டான்.

அவன் உள்ளே நுழைந்தபோது கூடத்தில் குஜலம் தான் இருந்தாள். துளசியின் புருஷனைப் பார்த்ததும் அவளுக்குத் தூக்கிவாரிப் போட்டது. அவன் புருவத்தை நெறித்துக்கொண்டு அவள்முன் வந்தான். அவள் பயந்து போய் எழுந்து "என்னடா வேலுசாமி!" என்று மேலுக்குப் பயத்தைக் காட்டிக் கொள்ளாமல் புன்சிரிப்பை வரவழைத்துக் கொண்டாள்.

"வேலுசாமியு மாச்சு! மொளகாச் சாமியும் ஆச்சு! என்னாம்மா! மரியாதி இல்லாமெ பேசினியாமே எம் வீட்டு பொம்பனாட்டியே! உலகம் முளுக்க உம்மாதிரி இருக்கும்னு நெனச்சுப்பிட்டியா?"

வர வர அவனுடைய குரல் உயர்ந்தது. குஜலம் மாடியையும் அவனையும் மாறிமாறிப் பார்த்தாள். கடைசியில், "இந்தா வேலு, இரையாதே! சும்மா ஏன் சத்தம் போடறே? என்னைப் பார்த்தா அது மாதிரி யெல்லாம் சொல்றவளாகவா தோணுது?"

"சரிதான், போம்மா! அப்போ அவள் பொய் சொல்றாளோ?"

அவன் இரைந்து கத்தினான்.

குஜலம் அவன் கத்தலுக்குக்கூடப் பயப்படவில்லை. மாடியில் இது காதில் விழுந்து விடப்போகிறதோ என்ற பயந்தான் அவளுக்கு. புடவைத் தலைப்பிலிருந்த முடிச்சை அவிழ்த்து, அதிலிருந்த ரூபாய், சில்லரை எல்லாவற்றையும் எடுத்து அவனிடம் நீட்டினாள்.

"இந்தா, கோபத்தில் தெரியாமல் சொல்லிவிட்டேன், இதை எடுத்துக்கோ?" என்றாள். அவன் வாங்கிக் கொண்டதும் அவளுடைய படபடப்பு நின்றது. அடுத்த க்ஷணம் அந்த ரூபாய், சில்லரை எல்லாம் காற்றில் பறந்தன. அவளுடைய கன்னத்தில் இரண்டும், தரையில் இரண்டுமாக மோதி விழுந்து எல்லாம் உருண்டு ஓடின.

"அம்மா, இந்தக் காசுக்காக நான் வரவில்லை. தெரியுமா? இனிமே ஜாக்ரதையாப் பேசுன்னு சொல்லத்தான் வந்தேன்," என்று வாசல் பக்கம் பாய்ந்து அவன் வெளியேறினான்.

கன்னத்திற்கும் கௌரவத்திற்கும் அந்த ரூபாய் கொடுத்த அடியைப் பொறுத்துக்கொண்டு அவள் மேலே பார்த்தாள்.

பால்கனியில் பாதி தெரிந்ததும் தெரியாததுமாக நின்று கொண்டிருந்தாள் அமிர்தம்; அவள் உதட்டில் கேலிப் புன்னகை நெளிவது தெரிந்தது.

## அலைபடும் உள்ளம்

"என்ன அங்கே?" என்று சாய்வு நாற்காலியில் உட்கார்ந்திருந்த முதலியார் கேட்டார்.

காற்று ஜிலுஜிலு வென்று வீசிக் கொண்டிருந்தது. அவருக்கு எதிரே முக்காலியில் பால் கூஜாவும் தண்ணீர்ச் சொம்பும் படுக்கையறை மங்கல் ஒளியில் பிரகாசித்துக் கொண்டிருந்தன. அவர் மல்ஜிப்பாவைக் கழற்றிச் சட்டத்தில் மாட்டியிருந்தார். அவ்விடம் முழுவதும் லேசாக அத்தர் மணம் கமழ்ந்து பரவிற்று. சந்தனம், படுக்கையில் உதிர்த்து விட்டிருந்த மல்லிகை யிதழ்கள், மெல்லிய காற்று, மங்கிய ஒளி – இவ்வளவு ஸம்பாரங்களுடன் அந்த அறை புஷ்பபாணனின் வருகைக்காகக் காத்திருந்தது.

அவர் அமிர்தத்திற்காகக் காத்துக்கொண் டிருந்தார். இருவரும் மேலேவந்து இருபது நிமிஷமிருக் கும். இதுவரை அமிர்தம் ஒரு வார்த்தைகூடப் பேசவில்லை. திடீரென்று இரைச்சல் கேட்டதும் அவள் நிலைப்பக்கம் சென்று நின்றாள்; பிறகு பால்கனியின் பக்கம் சென்றாள். சற்றுக் கழித்து இரைச்சல் தேய்ந்துவிட்டது.

"என்ன அங்கே?" என்று அவர் கேட்டார். இந்தச் சமயமும் தனக்கும் அந்த இரைச்சலுக்கும் சம்பந்தம் இருக்குமோ என்ற சந்தேகமும் அவரை அரித்தது.

"எங்கே?" என்று கதவைச் சாத்திக் கொண்டே அமிர்தம் உள்ளே திரும்பினாள்.

“கீழேதான். என்னமோ இரைச்சல் மாதிரி இருந்ததே!”

“அதுவா, ஆமாம்.”

“என்ன விஷயம்?”

“ஒன்றுமில்லை!”

“யாரோ ஆள் மாதிரி இருந்ததே!”

“ஆமாம்.”

“யாரது? கடைக்காரனா?”

“கடைக்காரனுக்கும் கடன்காரனுக்கும் இங்கு என்ன வேலை? அம்மாவுக்குப் பெரிய மனிதர்கள் தயவு எல்லாம் காலடியில் கிடக்கிறபோது?”

“எனக்கு ஒன்றும் புரியவில்லையே!”

“இன்னும் புரிய வைக்க வேண்டுமா? இப்பொழுது வேண்டாமே!”

அவர் சற்று நேரம் மௌனமாக இருந்துவிட்டு மறுபடியும், “ஏதாவது கலக்கமா யிருந்தால், என்னிடம் கூடவா சொல்லக் கூடாது?” என்று குறையாகக் கேட்டார்.

“என்னிடம்கூட என்றால் – நீங்கள் அவ்வளவு நெருங்கியா பழகிவிட்டீர்கள்?”

“இல்லையா?”

“எனக்கு வெகு அருகில் நீங்கள் இருப்பதினாலா? எத்தனை நாள் பழக்கம் என்னோடு உங்களுக்கு? சரி, நானே சொல்கிறேன். ஐந்து நாள், ஆறு நாள் இருக்கும். போனால் போகிறது, எட்டு நாள் என்று வைத்துக்கொள்ளுங்கள்.”

“உயர்ந்த ஸ்னேகம், அன்பு இதற்கெல்லாம் ஒரு பார்வை, ஒரு வார்த்தையே போதுமே!”

“உயர்ந்த ஸ்னேகமா?–” என்று சந்தனம், படுக்கை, எல்லா வற்றையும் ஒரு முறை அவள் பார்த்தாள். “சரி, நீங்கள் ரொம்ப நெருங்கிப் பழகிவிட்டீர்கள். உங்கள் – இல்லை – நம் ஸ்நேகம், அன்பு எல்லாம் மகோன்னதமானது. அவன் யார் என்றுதானே கேட்டீர்கள்? அவன் துளசியின் கணவன். அம்மா அவளை – நான் பிறகு சொல்கிறேனே – உண்மையைச் சொல்லாமல் என்னால் இருக்க முடியாது. உங்கள் மனம் புழுங்கும்.”

“என் மனது ஏன் புழுங்க வேண்டும்? நான் சம்பந்தப் பட்டிருக்கிறேனா இதில்?”

"நீங்கள் தான் மூலம்; இன்று மத்தியானம் ராஜுப்பிள்ளை வந்திருந்தார். அம்மா வீட்டிலில்லை. நான் பெட்டியைத் திறந்து, உங்கள் பணத்தை எடுத்து வந்து, உங்களிடமே கொடுத்துவிடும்படி சொல்லி, ராஜுப் பிள்ளையிடம் கொடுக்க வந்தேன்."

"என் பணத்தையா? திருப்பியா கொடுக்க வந்தாய்?"

"இருங்கள். முழுதும் சொல்லி விடுகிறேன். நான் பணத்தைக் கொடுக்கும் சமயம் அம்மா வந்து விட்டாள். அது அம்மா கைக்குப் போய்விட்டது. துளசியைத் தனியாய் அழைத்துத் தன்னிடம் ஏன் ஓடிவந்து இதைச் சொல்லவில்லை யென்று கடிந்து கொண்டு இருக்கிறாள். அவளுடைய கோபம் துளசியின் மானத்தைக்கூட வாங்கி விட்டது. அப்பொழுதே துளசி வேலையைவிட்டுப் போய் விட்டாள். துளசி மகா சாத்விகி என்று அவள் முகமே சொல்லும். அவள் நடத்தையைப் பற்றி அம்மா மட்டும் தனியாக ஒரு அபிப்பிராயம் கொடுப்பானேன்? அவள் புருஷன் பதறி வந்து, இரைந்து விட்டுப்போகிறான். அவ்வளவுதான் விஷயம்."

தன் பணம், தன்னுடைய வேட்கை – எல்லாவற்றிற்கும் குஜலத்தைத் தவிர அங்கு வேறு ஆதரவில்லை என்று அவருக்கு நன்றாகப் புரிந்துவிட்டது. தெருவில் பார்க்கிறவர்கள் எல்லோரும் தன்னைப் பார்த்துப் புன்சிரிப்புச் சிரிக்கிறார்கள். ஊர் முழுவதும் அவருடைய நண்பர்கள். ஸ்வர்க்கம் மாதிரி வீடு. கனியும் நிழலும் குலுங்கும் தோட்டம். அகண்டமான செல்வம் – இவ்வளவும் அந்த அறையில் சக்தியற்றுக் கிடந்தன. ஒரு திரிலோக சுந்தரியின் வீட்டில், அவளுக்கு எதிரில், தான் உட்கார்ந்து கொண்டிருக்கிறார். பணம் அவரை அந்த அறைக்குள் அவளுக்கு வெகு அருகே அழைத்து வந்துவிட்டது. ஆனால் மேலே ஒரு அங்குலம் கூட முன்னேற முடியவில்லை. அவருடைய செல்வத்தின் வேலை முடிந்துவிட்டது. மீதி வேலையை யார் செய்வார்கள்? அதிர்ஷ்டமா–?

அவர் பேசாமல் இருந்ததைப் பார்த்து அமிர்தம் ஆரம்பித்தாள்.

"அரங்கை ஏன் அவ்வளவு ரகசியமாக நடத்த வேண்டு மென்றீர்கள்? இது என்ன – கொலையா? களவா?"

அவர் பதில் சொல்லத் தெரியாமல் "கொலையில்லை, களவுதான்!" என்று சொல்லி வைத்தார்.

"ஆனால் இந்தக் களவை, பணம் படைத்தவர்கள் பகிரங்க மாகப் பெருமையுடன் நடத்துகிறார்கள்."

"எனக்கு அதில் விருப்பமில்லை."

"ஏன்? பெரிய மனிதர்களை, 'தேவடியாக் கள்ளன்' என்று தைரியமாகச் சொல்ல யார் இருக்கிறார்கள்? ஒளிவு மறைவெல்லாம் அவர்களுக்கு ஏது?" இப்படி அமிர்தம் அவரை மனம்போனபடி யெல்லாம் புண்படுத்திக்கொண்டிருந்தாள். அவர் நிமிர்ந்து பார்த்தார்.

"அவர்களுக்கு ஒளி மறைவு ஏது?"

அவளுடைய செந்தாழை மேனி, உடலோடு ஒட்டி ஜிலு ஜிலுத்த பொடி வர்ணப் பட்டுப்புடவை, செதுக்கி விட்டிருந்த சிலை அழகு – எல்லாவற்றையும் பார்த்தார். அந்தக் கேள்வியின் உண்மை மறைந்துவிட்டது.

"சடங்கை ஆடம்பரமாக நடத்தாதது தானே உன் குறை? அது என் தப்புத்தான். யோசனையில்லாமல் சொல்லிவிட்டேன். நீயும் ஒரு வார்த்தை சொல்லி இருக்கக்கூடாதா? இதற்காகவா பணத்தைத் திருப்பி அனுப்ப வேண்டும்?"

அமிர்தத்திற்கு என்ன சொல்வதென்று புரியவில்லை. உணர்ச்சி வசப்பட்டவனுக்கு உண்மை ஒருபோதும் புலப்படாது என்று முடிவு கட்டிக்கொண்டு பதில் சொல்லாமல் இருந்து விட்டாள்.

முதலியார் மீண்டும் பேசினார்.

"ஆடம்பரத்தில் என்ன இருக்கிறது என்று நினைத்தேன் – என்னுடையது என்று ஏதேது இருக்கிறதோ – எல்லாவற்றையும் உனக்கு அர்ப்பணம் செய்துவிடலாம். ஹ்ருதயத்திலுள்ளதை அப்படித்தான் காட்டலாம். வெளிச்சத்திலும் ஆடம்பரத்திலும் அதைக் காண்பிக்க முடியும் என்று நான் நம்பவில்லை. அது முடியுமா?"

அவருடைய களங்கமற்ற ஹ்ருதயம் அவளைப் பரவசப் படுத்திற்று. ஆனால் அவர் வேண்டியது மாத்திரம் அங்கு இல்லை. அதற்குப் பதிலாக, அவர் மீது இரக்கமே பெருகியது.

"உண்மைதான். ஆடம்பரத்தில் என்ன இருக்கிறது?" என்று தான் முதலில் அதை விரும்பி, பிறகு தன்னைத் திருத்திக் கொள்வதுபோலப் பேசினாள்.

"ஆடம்பர மில்லாதது ஒன்றுதானே குறைவு உனக்கு?"

"குறைக்கு என்ன? நிறைய இருக்கிறது?"

"இன்னும் என்ன?"

"நீங்கள் கிளறுகிறீர்களே! எனக்குச் சொல்ல இஷ்டமில்லை."

"எந்தக் குறையும் நீக்க நான் இருக்கிறேன்."

"உங்களால் முடியவே முடியாது."

"முடியும், சொல்லு."

"முடியாது!" என்று அப்படியே கட்டிலில் சாய்ந்து விட்டாள். அவர் தத்தளிப்புடன் அவளைக் கவனித்த போது அவள் அழுகையை அடக்க முயலுவதுபோல் இருந்தது. தலையணையை வாயில் கௌவிக்கொண்டிருந்தாள். முதுகு நடுங்கிக்கொண்டிருந்தது.

அவர் எழுந்துபோய் அவள் முதுகைத் தடவினார். அழுகையைச் சமாளித்துக்கொண்டு அவருடைய ஸ்பர்சத்திலிருந்து விலகி உட்கார்ந்தாள் அமிர்தம்.

"ரகசியத்தை என்னிடம் கூடவா மறைக்க வேண்டும்?"

"என் ஹிருதயம் உங்களிடத்தில் அப்படி நெருங்கவில்லை. உங்கள் பணம் வீணாக என்னிடம் வந்திருக்கிறது. நான் எதையும் உங்களுக்குத் தருவதற்கில்லை. நீங்கள் ஏன் சிரமப்படுகிறீர்கள்?"

எதிர்பாராமல் இதைக் கேட்டதும் வெம்பினார் அவர்.

"நான் இதைக் கேட்கவா இங்கு வந்தேன்! நான் எப்படி என் மனதைத் திருப்ப முடியும்?"

"வீணாகச் சிரமப்படுகிறீர்கள் என்று சொன்னேன். நீங்கள் கோரும் உறவைக் கொண்டாட எனக்கு மனமில்லை. அந்த நினைவே மனத்தை உறுத்துகிறது."

"அமிர்தம், என் பணத்திற்காக நான் கவலைப்படவில்லை. என் ஹிருதயத்தைக் கொடுத்திருக்கிறேனே! அது பாலையில் வறண்டு போவதை நான் எப்படிப் பொறுக்க முடியும்? என்னை வேண்டாமென்று சொல்ல உனக்குத் தைரியம் இருக்கலாம். ஆனால் உரிமையில்லை. நீ திரஸ்கரிக்க முடியாது?" என்று அவர் நம்பிக்கை யிழந்து போய் வாதம் செய்யத் தொடங்கிவிட்டார்.

அவள் பெருமூச்செறிந்தாள். "வேண்டுமானால் நீ அவகாசம் எடுத்துக்கொள்ளேன்; காலம் என்னுடைய நிலை – எல்லாம் சேர்ந்து உன் மனதை மாற்றாதா?" என்று அவர் மன்றாடினார்.

அவளுக்கு உண்மையில் அது வியப்பாக இருந்தது. ஓர் ஆத்மாவை ஏன் இப்படி நோக வைக்க வேண்டும்? "நம்மை இவர் விரும்புவது ஒரு குற்றமா?" என்று தன்னைச் சாந்தப்படுத்திக் கொண்டாள்.

தி. ஜானகிராமன்

"என் மனம் கட்டையாக இருக்கிறதே!"

"நான்தான் உன் விருப்பப்படி அவகாசம் எடுத்துக் கொள் என்றேனே. இப்பொழுதே உன்னை நான் வேண்டவில்லை. ஆனால் ஒருவர்மீது உயிரை வைத்துவிட்டு, துளிக்கூட அனுதாபமும் ஆதரவும் பெறாமலிருந்தால்......? உன் மனம் எப்பொழுதும் கட்டையாக இருக்க முடியாது. ஒரு நாளைக்கு உணர்ச்சி அதில் ஊறித்தான் ஆக வேண்டும்."

ஆழ்ந்த குரலில் அவர் பேசிக்கொண்டிருந்தார். அவளுக்கு மேலும் மேலும் அவரிடம் மரியாதை அதிகரித்தது. அப்பொழுது ஊர் ஓசை அடங்கும் சமயம். தெரு ஜன்னல்களைத் திறந்து மூடும் ஓசை கேட்டது. அண்டை வீட்டில் படுக்கையைத் தட்டி உதறினார்கள். கிராமத்திலிருந்து இப்பொழுதும் அப்பொழுதும் போகும் நெல் வண்டிகள் கீச்சிட்டுக் கொண்டிருந்தன.

அவர் பதிலுக்காகக் காத்துக்கொண்டிருந்தார். கடிகாரம் அந்த மௌனத்தில் 'டிக்டிக்' என்று அவளைப் பதில் சொல்லத் தூண்டிக்கொண்டிருந்தது.

கடைசியில் மௌனத்தைக் கலைத்துக்கொண்டு அமிர்தம் பேசினாள்.

"எனக்குச் சொல்ல முடியவில்லை. வித்தியாசமாக எடுத்துக்கொள்ளக் கூடாது. இன்னும் இரண்டு மாதம் நீங்கள் காத்திருக்க முடியுமா?"

"இரண்டு மாசமா? உன்னிஷ்டம்?"

"என்னை மன்னிக்க வேண்டும்."

"மன்னிப்பதற்கென்ன – குற்றமா செய்துவிட்டாய்? நான் தான் இத்தனை நாழியும் குற்றம் செய்தவன். நான் தான் மன்னிக்கப்பட வேண்டும்..."

"திருப்பித் திருப்பிச் சொல்றேனே என்று நினைத்துக் கொள்ளக் கூடாது. நீ விரும்பிய காலம் செல்லட்டும், ஆனால் எனக்கு இடங்கொடுக்க மறுப்பது பெண்மை அல்ல. ஸ்திரீ ஹிருதயம் கருணை நிறைந்தது!" என்று அவர் நிறுத்தினார்.

பேச்சும் அதோடு நின்று விட்டது.

காம்பவுண்டிலுள்ள பன்னீர் மரமும் பாரிஜாத மரமும் இருட்டில் சலசலத்துக் கொண்டிருந்தன. விட்டு விட்டுக் குளிர்ந்த காற்று வீசிக் கொண்டிருந்தது, படுக்கையில் அந்நேரத்தில் படுத்து உறங்கும் ஊரின் மூச்சுப் போல, அமிர்தம் நக்ஷத்திரங்களை ஒன்றொன்றாகப் பார்த்துக் கொண்டிருந்தாள். தர்ம சங்கடத்தில்

அமிர்தம்

அகப்பட்டுக் கிடந்த அவள் மனம், நக்ஷத்திரங்களுடன் விரிந்து கிடக்கும் விண்ணின் அகண்ட கருமையில் லயித்து, நிம்மதியைத் தேடிக் கொண்டிருந்தது. அவருடைய மனத்தில் எழுந்த சந்தேகங்களும் பயங்களும் அவளுடைய கருணையின் ஸ்பர்சம் பட்டு மறைந்து விட்டன. அவர் நிம்மதியுடன் தான் இருந்தார். அதனால்தான் நாற்காலியில் சாய்ந்தவர் சற்று நேரத்தில் தூங்கி விட்டார். அவருடைய மூச்சின் மெல்லிய ஒலி, அளந்து விட்டாற்போல வந்து கொண்டிருந்தது.

அவரைக் கூர்ந்து கவனித்தாள். சந்தனம் பூசிய அந்த மார்பு ஒழுங்காக ஏறி இறங்கிக் கொண்டிருந்தது. விளக்கை அணைத்துவிட்டு அவள் மறுபடியும் போய்க் கட்டிலில் உட்கார்ந்து ஜன்னல்பக்கம் பார்த்தாள். பால் வெளியின் நரை – அவளுடைய பேச்சும் மனமும் போல் – ஒரு நக்ஷத்திரத்தையும் தெளிவாகக் காட்டாமல் கோணலும் மாணலுமாக விண்ணில் பரந்து கிடந்திருந்தது.

அப்பொழுதும் அவள் நம்பிக்கை இழக்க வில்லை. மாடியி லிருந்து தெரியும் இத்தனை வீடுகள், இத்தனை கோடி விண் மீன்கள் – இருளைச் செதுக்கி நிறுத்தியது போல் நின்ற கோயிலின் கரும் கோபுரம் – இவ்வளவிற்கும் இடமிருக்கும் இந்த விச்வத்தில், அவள் மட்டும், அவளுடைய நம்பிக்கை மட்டுமா நசிந்து விடும்? ஒரு நாளும் நசிக்காது. பொறுத்துக் கொண்டிருந்தால் எதுவும் நடக்கும். காலத்தை ஓட்டுவதற்காக, இரண்டுமாதம் பொறுத்திருக்குமாறு அவள் கேட்டுக் கொண்டாள். அவள் இட்ட எந்தக் கால நியதிக்கும் காத்திருக்க அவர் தயாராக இருக்கிறாரே! அதற்குள் ஏதாவது மாறுதல் ஏற்படாதா? எதிர் பாராத எதுவும் நடக்கும் இந்த உலகத்தில் – பல பெரிய பெரிய வஸ்துக்களும் விஷயங்களும் ஒரே நிமிஷத்தில் மாறும் இந்த உலகத்தில் – எதுதான் சாத்தியமில்லை? நடராஜன் கருணை காட்ட மாட்டானா?

இந்த நினைவு வந்தபோது அவள் திரும்பிப் பார்த்தாள். அவளைப் போன போக்கில் விட்டு, அவளைப் பூஜித்துக் கொண்டு, அவள்மீது எல்லையற்ற நம்பிக்கையை வைத்து, நிம்மதியாக அவர் உறங்குவதைப் பார்த்தாள். "இந்தச் சாத்விகரிடத்தில் என் ஹிருதயம் ஏன் போக மறுக்கிறது?" என்று அவள் கேட்டதற்கு, அந்தக் கரு வெளியின் கோடி விளக்கும் விடை சொல்ல வில்லை.

"கணார்! கணார்!" என்று கோயில்மணி மோனத்தைப் பிளந்து கொண்டு வந்தது. உஷக்கால பூஜை தொடங்கி விட்டது.

இரா முழுவதும் தூங்கவே இல்லை என்று இப்பொழுதுதான் அவளுக்குத் தெரிந்தது.

"நீ தூங்க வில்லை?" என்று மணி யோசையில் எழுந்தவர் கேட்டார்.

அவர் கண்ணைக் கசக்கிவிட்டுக் கோபுரத்தை நோக்கி ஒரு முறை கும்பிட்டார்.

"இல்லை, இப்பொழுதுதான் எழுந்து வந்து உட்கார்ந்தேன். வானம் வெகு அழகாக இருக்கிறது," என்று சொன்னாள்.

அந்தத் தெருவில் குடியிருக்கும் கரிச்சானின் கொஞ்சல், மணி நின்றதும் கேட்டது. இன்பத்திற்காகவே பிறந்திருந்த அந்தக் கருஞ்சிட்டின் கல்பனையும் லக்ஷணமும் நிறைந்த சங்கீதத்தை அவர்களிருவரும்தான் கேட்டார்கள். மூன்றாம் ஜாமத்தில் தூங்கும் அந்தத் தெருவின் காதில் அது என்று விழுந்திருக்கப் போகிறது!

"எனக்கு உரிமை கிடையாது என்று ஏன் சொன்னீர்கள்?" என்று அவள் கேட்டாள் இரவின் பேச்சை ஞாபகப்படுத்திக்கொண்டு.

"கரிச்சானும் கோயில் மணியும் சாக்ஷி கூறும். இந்த ஹிருதயம் முழுவதும் உன்னுள் கிடக்கிறது. அதைக் கழுத்தைப் பிடித்து வெளியில் தள்ள உனக்கு மனசு வருமா? அது பெரும் குற்றம்!" என்று அவர் வானத்தின் கருமையினின்றும் கண்ணை எடுக்காமலேயே பதில் சொன்னார்.

காலை நரையின் சின்னம் விண்ணில் படர்ந்தது. அவர் சட்டையை மாட்டிக்கொண்டு கீழே இறங்கினார்.

# குஜலத்தின் முடிவு

குஜலத்திற்கு இன்னும் பயம் தெளியவில்லை; கனவில்கூட வந்து அவளைத் துளசியின் கணவன் இரண்டு மூன்று முறை வெருட்டித் தூக்கத்தைக் கலைத்துவிட்டுப் போனான். காலையில் எழுந்ததும், தான் சரியாகத் தூங்கவில்லை என்று அவளுக்குத் தெரிந்தது. காசடிபட்ட கன்னம் இன்னும் நோகிறதுபோலத் தோன்றிற்று அவளுக்கு. வேலுசாமியின் இரைச்சல், அவனுடைய வெறித்த கண்கள், அதைக் கண்டு – கடிக்க வரும் நாயைக் கண்டதுபோல் – தன் நரம்புகளில் ஓடின பயம், சிலிர்ப்பு, நெஞ்சுலர்வு, எல்லாம் அவளுக்குமுன் இன்னொரு பயத்தையும் கொண்டுவந்து நிறுத்தின. வேலுசாமி சும்மா இருந்து விடுவானா? அந்தச் சமாசாரத்தைத் தன் தெருவில் தம்பட்டம் அடிப்பான். வேலைக்கார வர்க்கத்தின் வாய் எஜமானர்களிடமும் அதை அவிழ்த்துவிடப் போகிறது. அந்த எஜமான் வர்க்கத்தில் குஜலமிருக்கும் தெருவாசிகளும் சேர்ந்தவர்கள்தான். ஏற்கெனவே அவர்களுக்குத் தாயாதிக் காய்ச்சல் உண்டு. அந்தக் காலத்தில் குஜலத்தின் அழகு, அவளுடைய சலவைக்கல் வீடு, எல்லாவற்றையும் ஒருவரும் நல்ல கண்ணோடு பார்க்கவில்லை. இப்போது கேட்பானேன்? அசூயை சும்மா இருக்கவிடாது. குசுகுசுவென்று தன்னைப் பார்த்ததும் காதைக் கடித்துக்கொள்வார்கள். தன் காதில் விழும்படியாகவே தன்னை அவமானப் படுத்துவார்கள். 'என்ன அக்கா! கன்னம் இப்படி சிவந்திருக்கு?' என்று வெகு கவலையாக விசாரிப்பார்கள். வெளியில் எப்படிப் போவது?

இப்படி மனோ கல்பனை அவளுடைய பயத்தைப் பெருக்கிக் கொண்டிருந்தது. இயற்கையாகவே அவளுக்குப் பச்சாத்தாபமும் ஏற்பட்டது. பூனை தன் குட்டியை அடித்துக் கொன்றுவிடுவது போலவும், பாம்பு தன் குட்டியை அடித்துக் கொன்றுவிடுவது போலவும், பாம்பு தன் குட்டியை விழுங்குவது போலவும் அமிர்தத்தை ஏன் இப்படி நான் பலி கொடுக்க வேண்டும்? ஒரே இரவில், இரக்கமில்லாமல், யோஜனை இல்லாமல், மூர்க்கத் தனமாக அவளைக் கழுத்தைப் பிடித்துக் கிணற்றில் தள்ளியாயிற்று. சிறு குழந்தை – என்ன என்ன ஆசைகளை வளர்த்திருந்ததோ?

இப்படிக் கோழைப் பச்சாத்தாபம் அவளை வாட்டிற்று: – 'இன்னும் அமிர்தத்திடமிருந்து என்னஎன்ன புயல் வரப்போகிறதோ? எழுந்து வந்ததும் தன்னை வெறுத்து அவள் இரையத்தொடங்கினால், அவள் காலில் விழுந்து அவளிடம் மன்னிப்பே கேட்க வேணடும். அவள் அழும்போது தன்மடியில் அவளைச் சாத்திக்கொண்டு அவளுடைய முதுகைத் தடவிக்கொடுத்து, நெற்றி மயிரைக் கோதிவிட்டு, அவளுக்குத் தேறுதல் சொல்ல வேண்டும்."

இந்தப் பயத்திலும் பச்சாத்தாபத்திலும்தான் அவளுக்கு அமிர்தத்தின் உயர்ந்த நோக்கம் தெரிந்தது, புரிந்தது. அந்த உயர்ந்த நோக்கத்தோடு ஒரு ஜீவன் இருக்க முடியும் என்று அப்பொழுதுதான் அவள் உணர்ந்தாள். அமிர்தம் எவ்வளவு அழகு! எத்தனை படிப்பு! அவளது ஒரே பெண்! – அவளுடைய ஆசையை ஏன் குழிவெட்டிப் புதைத்துவிட்டோம்? இனிமேல் எவ்வளவுதான் பச்சாத்தாபப் பட்டாலும் பயனென்ன? மனமறிந்து அவளைக் கொண்டு வீழ்ச்சியில் தள்ளியாகிவிட்டது. அவளிடம் எவ்வளவுதான் மன்னிப்புக் கேட்டாலும், அவளை எவ்வளவுதான் தேற்றினாலும், அவளோடு சேர்ந்து வாழ முடியுமா? இரண்டு பேர் நெஞ்சிலும் முள் நெரடும்போது இரண்டுபேரும் சேர்ந்து வாழ்வது எப்படி சாத்யமாகும்?

வேலுசாமியின் கோபம் அம்பலத்திற்கு வந்துவிடப் போகிறது. பெண்ணைப் பலி இட்டுவிட்டு அவளோடு வாழ முடியாது. பின் செய்வது என்ன? எங்கேயாவது புது முகங்களுக்கு நடுவில், தெரிந்தவர்களே அற்றுப் போன தொலைக்குப்போய், மீதிவாழ்வைக் கழிப்பதுதான் உசிதம் என்றும் அவளுக்குப்பட்டது. ரம்பம்போல அறுக்கும் நினைவுகளிலிருந்து தப்புவதற்கு வேறு வழியில்லை.

விரக்தியிலும் பயத்திலும் வெட்கத்திலும் குஜலம் அல்லாடிக்கொண்டிருந்தபோது மாடியிலிருந்து அமிர்தம்

இறங்கி வந்தாள். குன்றிப்போய் அவளைப் பார்க்கக் கூடத் தைரியமில்லாமல் குஜலம் பேசாமல் நின்றாள்.

"என்னம்மா, இவ்வளவு சீக்கிரம் எழுந்துவிட்டாய்?" என்று அமிர்தம் கேட்டாள்.

குஜலம் திரும்பிப் பார்த்தாள். அவளுக்கு வியப்பாக இருந்தது. "திருப்தி யாச்சா, மிருகமே!" என்று அமிருதத்தின் கண்கள் சொல்லும் என்று அவள் எதிர்பார்த்திருந்தாள். ஆனால் அவளுடைய முகம் காலைக்கிழக்கைப் போல் அமைதியும் சோபையும் நிறைந்து வீசிற்று. குஜலத்திற்கு முதலில் ஒன்றும் புரியவில்லை. சற்றுக் கழித்து "இன்னம் தூங்கிக்கொண் டிருக்கிறாரா?" என்று கேட்டாள்.

"தூங்குகிறாரா? அப்பவே இறங்கிக் கீழேபோனாரே!"

வாயில் கதவைத் தான் திறக்கவில்லை என்று அப்பொழுது தான் அவளுக்கு ஞாபகம் வந்தது.

"வாசல் கதவை அவர்தான் திறந்துகொண்டு போயிருக்கிறார் போலிருக்கிறது! ஏன் இன்னும் சாணி தெளிக்கத் துளசி வரவில்லை?" என்று வாய் தவறிச் சொன்னபோது குஜலத்தின் முகத்தில் அசடு தட்டிற்று.

அமிர்தம் அதைக் கவனிக்காதது போலிருந்துவிட்டாள்.

"புது வேலைக்காரி – வந்தவுடன் சொல்லணும்!" என்று குஜலம் திருத்திக்கொண்டாள்.

துளசி இல்லாததை – அந்தச் சமயம் 'வெறிச்'சோடியிருந்த வீட்டைப் பார்த்தபோது – அவள் நன்கு உணர்ந்தாள். அந்த வீட்டின் ஒரு அவயம் மாதிரி அவள் இருந்தவள்.

புது வேலைக்காரி மீனி வந்ததும் குஜலம் சொன்னாள்.

"உன் பேரென்ன – மறந்துபோச்சே – மீனியா?"

"ஆமாம்."

"இத்தனை நாழி கழித்து வந்தால், எப்ப வாசல்லே சாணி தெளிக்கிறது? கோலம் போடறது? விடிய விடிய வந்துவிடணும், தெரியுதா?"

"சரியம்மா," என்றுவிட்டு, நின்று பதில் சொல்லாமலேயே அவள் கொல்லைக்குப் போய்த் துடைப்பத்தை எடுத்து வந்தாள்.

அவளைப் பார்த்ததும் குஜலம், அமிர்தம் இருவரும் திருப்தி அடைந்ததாகத் தெரியவில்லை. காலணா அகலத்திற்கு

தி. ஜானகிராமன்

ஜிகினாவுடன் பூரிக்கும் குங்குமப் பொட்டு, கடை வாயில் ஒதுக்கி இருந்த புகையிலை, ஆடி ஆடி மெதுவாக அவள் நடக்கும் நடை, எல்லாம் அமிர்தத்திற்குச் சிரிப்பை ஊட்டிற்று, விடிய விடிய வேலைக்கு வரவேண்டியவள், தலைவாரிச் சிங்காரித்துக்கொண்டு கோயிலுக்குப் போகிறவள் மாதிரி வருவானேன் என்பதே குஜலத்தின் அதிருப்தி.

வாயிலைப் பெருக்கிவிட்டு மீனி, "கோலக் குழாய் கொடுங்கம்மா" என்று கேட்டாள்.

"ஏன், குழாய் இல்லாமல் கோலம் போடத் தெரியாதா?" என்று குஜலம் கேட்டபோது, "தெரியும்மா, வெறுமே கேட்டேன்; மாவு கொடுங்க," என்று சொல்லிக் கொண்டே இடி இடி யென்று சிரித்தாள் மீனி.

அர்த்தமில்லாமல் சிரிக்கும் ஸ்வபாவம் என்று அமிர்தத்திற்குப் பட்டதும் அவளுக்குக் கசப்பாக இருந்தது. மீனி வேலையைத் துவக்கினாள்.

காப்பி சாப்பிடும்போது குஜலத்திற்கு முன்னிருந்த பச்சாத்தாபமில்லை. அமிருதத்தின் முகம் பிரசன்னமாக இருந்ததையும், இரவு கழிந்ததையும் பார்த்துச் சற்றுத் துணிவைத் தருவித்துக்கொண்டு, "மனுஷ்யர் எப்படி?" என்று காப்பியை வாயில் ஊற்றும்போது கேட்டாள்.

"ரொம்ப நல்லவர்!" என்று விடை கொடுத்துவிட்டு, 'நறு'க்கென்று எழுந்து போனாள் அமிர்தம்.

ஒன்பது மணி இருக்கும். வாசல் பக்கம் போய்த் திரும்பி வந்த குஜலம் வேகமாக கொல்லைப் பக்கம் போனாள். அவள் கண்ணிலும் உதட்டிலும் தவழ்ந்த கேலியைப் பார்த்தபோது அமிர்தத்திற்கு ஒன்றும் விளங்கவில்லை. காரணத்தைக் கண்டுபிடிக்க வாசல் பக்கம் போனபோது புரிந்துவிட்டது. சகரனுக்கு அசமஞ்சன் பிறந்தமாதிரி, துளசி போடும் கோல விசித்திரங்கள் இருந்த இடத்திற்கு வார்சாக, மீனி குளறிவிட்டிருந்தாள். சின்ன சக்கரமும் பெரிய சக்கரமுமாக ஒரு ரதம் வரைந்திருந்தாள் மீனி. அந்தச் சக்கரங்களுடன் நகர ஆரம்பித்தால் ரதம் ஹதமாக வேண்டும், அல்லது தெருவிற்குப் புதுக் கப்பி போட வேண்டும். அங்கு மிங்கும் மாவு கொட்டிக் கிடந்தது. குழந்தை முகத்தில் பூசின வாசனை மாவைப் போல.

அமிர்தம் கொல்லைப்பக்கம் போனபோது பேச்சுக் கேட்டது.

"எனக்குத் தெரிஞ்சவரைதாம்மா நான் போடுவேன்."

"இப்படித்தான் போடத் தெரியும்னு சொல்றதுக்கென்ன? தேர் நகர ஆரம்பித்தால் கொடையடிச்சுத் தெருவிலிருக்கிற வீட்டெல்லாம் இடிச்சுத் தள்ளிவிடும் போலிருக்கே!"

"அதான் சொன்னேனேம்மா, எனக்குத் தெரிஞ்சுது தாம்மா போட முடியும்னுட்டு."

"அப்பவே சொல்லக்கூடாதா இவ்வளவுதானூட்டு."

"கோலக்குழாய் குடுங்கன்னு அதனாலெதான் கேட்டேன்."

"வெறுமேயும் போடத் தெரியும்னு இடி இடின்னு சிரிச்சியே!"

மீனிக்குப் பேசமுடியவில்லை. புகையிலைச் சாறு பேச்சைத் தடுத்தது. வாயைத் திறக்காமல் இருந்துவிட்டாள்.

அன்று முழுவதும் அமிர்தம் சாதாரணமாகத்தான் இருந்தாள். பழைய அமிர்தமாகக்கூட மாறிவிட்டாள் என்று சொல்லலாம் நான்கைந்து நாட்களாக. முதலியார் அவளுடைய வாழ்க்கையில் குறுக்கிட்ட நாள் முதலாக இருந்த கோபமும் கடுகடுப்பும் கண்ணீரும் இப்போதில்லை. எப்பொழுதும் தவழும் புன்சிரிப்பும் இனிமையும் அந்த நீல விழியிலும் பவழமல்லிச் செவ்விதழிலும் பூத்துக் கொண்டிருந்தன. பழைய வழக்கங்கள், படிப்பு, வீணை, தோட்டம், நக்ஷத்திரம் எல்லாவற்றோடும் பொழுது போக்க ஆரம்பித்தாள்.

முதலியாரை நினைத்தால் அந்த இரவில் – குஜலமாகப் பார்த்து அரங்கேற்றி வைத்த இரவில் – அவரோடு பேசிய பேச்சுக்கள், அவர் அன்புப் பிச்சை கேட்டது, எல்லாம் அவளுக்கு நினைவு வந்தன. அந்த நினைவைப் புஸ்தகத்தால் தள்ளித் தள்ளி விட்டுக் கொண்டிருந்தாள்.

மறுநாள் மாலை முதலியாரை எதிர்பார்த்துக்கொண்டு உட்கார்ந்திருந்தாள் குஜலம். அமிர்தத்திற்குச் சந்தன வர்ணத்தில் புடவையைக் கட்டிவிட்டு, இரட்டைப் பின்னல் பின்னி, ஒரே பூவாகச் சொரிந்தாள். மாலை மயக்கம் இருளின் கருமையில் ஒடுங்கிக் கொண்டிருந்தது. கோயிலின் இரண்டாங்காலப் பூஜைமணிகூட 'கணார் கணார்' என்று அலை மோதிவிட்டு ஓய்ந்துவிட்டது. இன்னும் அவர் வரவில்லை. குஜலம் எழுந்து எழுந்து வாசல் பக்கம் போய்ப் பார்த்துவிட்டு வந்து உட்கார்ந்து கொண்டிருந்தாள். என்னமோ தன் காதலனை எதிர்நோக்குவதுபோல, எதிர்சாரி வீடுகளிலிருந்து வந்து கொண்டிருந்த வீணை, வாய்ப்பாட்டுகளின் நாதம்கூட நின்றுவிட்டது. ஓரிரண்டு வீடுகளில் ஜன்னல் கதவுகளை மூடிவிட்டார்கள். அவர் வரவில்லை.

கோடியிலுள்ள பிள்ளையார் கோயிலின் ஸ்தூபியருகில் உட்கார்ந்திருந்த ஆந்தை மிதுனம் அலறிக் கொண்டே கொஞ்சிற்று.

"வெளியூருக்குப் போயிருக்கிறாரோ?" என்று குஜலம் கேட்டாள்.

"தெரியலியே," என்று அமிர்தம் பதில் கொடுத்தாள்.

"இன்று வரேன் என்று சொன்னாரோ?"

"அதுவும் சொல்ல வில்லை."

"இம்? என்று யோசித்தாள் குஜலம். கோயிலின் அர்த்த ஜாமத்தை முடிப்பதற்காக மணிக் கயிற்றை ஒரு இழுப்பு இழுத்தான் மணியடிக்கிறவன். 'ம்-ம்-ம்' என்று நீண்ட கார்வை கொடுத்து விட்டுத் தேய்ந்து விட்டது மணியோசை.

குஜலம் ஏமாற்றத்துடன் படுத்துக்கொண்டாள். அமிர்தம் அம்மா தனக்காக ஏங்குவதைப் பார்த்துத் தனக்குள்ளே அடக்கி அடக்கிச் சிரித்துக்கொண்டாள்.

மூன்றாவது நாளும் குஜலம் எதிர்பார்த்தாள். அவர் வரவில்லை. நான்காவது நாள். ஐந்தாவது நாள் இப்படி ஓடிக்கொண்டிருந்தது. அவர் வரவில்லை.

ஏழெட்டு நாட்கள் ஆனதும், குஜலம் மீனியை முதலியார் ஊரிலிருக்கிறாரா இல்லையா என்று பார்த்து வரும்படி அனுப்பிய பிறகு, அவர் வந்து சேர்ந்தார்.

"ஊரில் இல்லையா?" என்று குஜலம் கவலைபொங்கக் கேட்டாள்.

"ஆமாம்" என்றார் அவர் பொய்யாக. "காணவே இல்லையே என்று மீனியை அனுப்பினேன்."

அப்போது அமிர்தம் அங்கில்லை. அவர் மெதுவான, ஆனால் அழுத்தமான குரலில் சொன்னார்:

—

"நான் ஊரில் இல்லாததனால் வரவில்லை. இல்லாவிட்டால் வந்திருப்பேன். அதற்காக மீனியை ஏன் அனுப்ப வேண்டும்?"

இதைக் கேட்டுக்கொண்டே அமிர்தம் வந்து விட்டாள். அவர் திகைப்பை மறைத்துக்கொண்டு, "நான் ஊரில் இருந்தால் இங்கு வராமல் இருக்க முடியாது எனக்கு. மீனி கீனி யாரையும் அனுப்ப வேண்டாமே என்று அதற்காகத்தான் சொன்னேன்," என்று சொல்லும்போது அவர் குரலில் அவ்வளவு கண்டிப்பில்லை.

அவரிடம் தோன்றிய மரியாதைக்கு நடுநடுவே அமிர்தத்தின் உள்ளத்தில் கசப்பு ஒன்றும் ஊறிக்கொண்டிருந்தது. மீனியிடம் சொல்லியனுப்பினால் என்ன? இந்த வெறும் கௌரவங்கள் எல்லாம் அவர் எதற்குப் பாராட்ட வேண்டும்?

மாடியில் தனியாக இருக்கும்போது அதை அவரிடம் கேட்டு விட்டாள். "மீனியை அனுப்பியதைப் பற்றி அவ்வளவு கண்டிப்பாக முதலில் சொன்னீர்களே அது என்ன?", என்று.

அவர் முன்சொன்ன பதிலையே திருப்பிச் சொன்னார்: "நான் ஊரில் இருந்தால் எனக்கு வராமல் இருக்க முடியுமா? இதற்காகச் சொல்லி அனுப்புவானேன்?"

"நீங்கள் உண்மையாக ஊரில் இல்லையா?"

அவர் யோசித்துப் பார்த்து, வழியில்லாமல் உண்மையைச் சொன்னார்.

"அமிர்தம், உண்மையை நீ, புண்ணைக் கிளறுவது போல், கிளறுகிறாய். சொல்லுகிறேன். என் வம்சத்தில் இந்த மாதிரி வியாபாரங்கள் ஒருவரும் வைத்துக்கொள்ளவில்லை. நான்குபேர் இருக்கும்போது மீனி வந்து போய்க் கொண்டிருந்தால், எனக்கு என்னமோ உறுத்துகிறது!"

"அப்படி இந்தச் சகவாசம் கௌரவ ஹானியை உண்டு பண்ணக்கூடியது என்று தெரிந்தும்கூட, அந்தச் சகவாசத்தை வைத்துக்கொள்ள வேண்டும் என்று அப்படி என்ன அவசியம்? அந்தச் சகவாசம் இல்லாமல் இருக்க முடியாதா?"

முதலியார் பதில் சொல்ல முடியாமல் அவசரப்பட்டுத் தன் ஹிருதயதத்தைத் திறந்து சொல்லிவிட்டதாக வருத்தப்பட்டார்.

❍ ❍ ❍

முதலியார் அடிக்கடி வந்து போய்க்கொண்டிருந்தார். குஜலம் அன்று பட்ட பச்சாத்தாபத்தைத் தன்னுடைய அவசரப்பட்ட அசட்டுத் தனங்களில் ஒன்று என்று நினைத்த அதைவிட்டு விட்டாள். இப்போது 'அதற்கு மாறாக, அமிர்தம் – பழைய அமிர்தமாக – கோபத்தையும் கண்ணீரையும் விட்டு, பழைய புன்னகை பூக்கும் அமிர்தமாக இருப்பது தன்னுடைய பெரிய வெற்றி என எண்ணி அவள் கர்வமடையாமல் இருக்கமுடிய வில்லை. வேலுசாமியின் இரைச்சல் விளைவித்த பயம்மட்டும் அவளை இன்னும் முழுதும் விட்டுவிடவில்லை. அது நடந்து ஒரு மாதம் – இரண்டு மாதங்களாகிவிட்டன. அவள் வெளியே தலை நீட்டமுடியாமல் வெட்கமும் பயமும் அணைபோட்டுக் கொண்டிருந்தன. தப்பித் தவறி வாசலில் போய் நிற்கையில்,

யாராவது தெருவில் போகிறவர்கள் பார்த்தால் அந்தப் பார்வையில் கேலியும் பரிகாசமும் கூத்தாடுவது போல் தோன்றின. வெளியுலகம் முழுவதும் தன்னைப் பார்வையாலே பரிகசிப்பதுபோல் அவளுக்குப் பட்டது. கோழை, குற்றம் செய்தவன் – இவர்கள் உலகம் முழுவதும் தம் சூதை அறிந்து விட்டது என்று எண்ணும் அளவிற்குத் தங்களை அவ்வளவு பிரபலஸ்தர்களாக எண்ணிக்கொண்டு விடுகிறார்கள்.

முதலியார் நாலைந்து நாட்களுக்கு ஒரு முறை வருவார். அமிர்தமும் பணிந்துவிட்டாள். இந்த மாறுதல் குஜலத்தின் பயத்தைச் சிறிது சிறிதாகப் போக்கி வந்தது. வெளியிலேயே வரக் கூசிக்கொண்டிருந்தவள், துணிச்சலை வரவழைத்துக்கொண்டு வெளியே உலவ ஆரம்பித்தாள். இப்போது பார்க்கிறவர்களும் அவள் கண்ணுக்குச் சாதாரணமாகப் பார்ப்பது போலத்தான் இருந்தது.

ஆடிக் காற்று நின்று மழை காலம் தொடங்கி விட்டது. 'டப்டப்' என்று ஜன்னல் தகரத்தில் மழை ஓசையிட்டுக்கொண்டிருந்தது. ஜன்னல் கதவுகளை மூடிவிட்டு அவர்கள் இருவரும் உட்கார்ந்திருந்தார்கள்.

"இத்தனை நாளாக நான் இந்த நாற்காலியில் உட்கார்ந்து கொண்டிருக்கிறேன். இரண்டு மாசம் காத்திருக்கும்படி அங்கிருந்தபடியே நீ சொன்னாய். இப்பொழுது அதைச் சொல்லி இரண்டு மாசம் முடிந்துவிட்டது," என்றார் முதலியார்.

அமிர்தத்துக்குத் தூக்கி வாரிப் போட்டது. அவளுடைய கலவரத்தைக் கண்டு அவர் பேசாமல் இருந்துவிட்டார். மறுநாளைக்குப் பேச வேண்டியதை எல்லாம் அவர் மனம் ஒத்திப்போட்டுவிட்டது.

ஆனால் அவர் ஆசைக்கு மறுநாள் அவ்வளவாக உதவி புரியவில்லை.

குஜலம் அடிக்கடி மீனியுடன் சண்டைக்கு ஆரம்பித்து விட்டாள். மீனிக்குக் குங்குமப் பொட்டையும் தலையையும் கவனித்துக் கொள்ளத்தான் போது சரியாக இருந்தது.

கூடத்தில் ஒருவருமில்லாவிட்டால் கண்ணாடிக்கு முன்னால் நின்று கொண்டு தலையைத் தடவி விட்டுக் கொண்டிருப்பாள். அன்று காலை அவள் கண்ணாடிக்கு முன்பு உதட்டைப் பிதுக்கிக்கொண்டு நின்றுகொண்டிருந்தபோது, "ஏ மீனி, சனி, பேர் சரியாகத்தான் இருக்கு! கிணற்றங்கரையில் இப்படி வழுக்குதே! இரண்டு மணலைப் போட்டு, உரிமட்டை நாரைப் போட்டுத் தேய்த்துவிடுன்னேனே; இந்த உதட்டைப் பிதுக்கற நேரத்துலே

அதைச் செய்துவச்சா என்ன?” என்று குஜலம் ஒரு இரைச்சல் போட்டாள்.

“அம்மா, மணலுமில்லை; மட்டை நாருமில்லே; இன்னிக்கி அந்திக்குள்ளார எல்லாம் கொண்டு சுத்தமாகத் தேச்சிவிட்டூடறேம்மா,” என்று சிரித்து மழுப்பிவிட்டாள் மீனி.

ஆனால் மணலும் மட்டைநாரும் வரும்வரையில் குஜலத்தின் போதாத காலம் காத்திருக்கவில்லை. மத்தியானம் சாப்பிட்டு விட்டுக் கையலம்பப் போனவள், ஒரு அடி வேகமாக எடுத்துவைத்து விட்டாள். அவ்வளவுதான். திடீரென்று சருக்கி விழுந்தாள். சப்பை நழுவிவிட்டது. தோய்க்கிற கல்லில் அடிபட்டுப் பொட்டில் நல்ல காயம். ஒரே படுக்கையாய்ப் படுத்துவிட்டாள்.

சின்ன டாக்டர் வந்து பார்த்தார். கோளாறு அவரை லக்ஷியம் செய்யாமல் அதிகரித்துக்கொண்டே இருந்தது. பெரிய டாக்டர்கள் இரண்டு மூன்று பேர் வந்து பார்த்தார்கள். விரோதிகள் அதிகமாக ஆக, வியாதியும் பலமாகத் தன் பலத்தை விருத்திசெய்து கொண்டது. நாளுக்குநாள் மருந்துகளையும் ஊசிகளையும் திரட்டி வைத்தியர்கள் முற்றுகை இட்டார்கள். வியாஜமாக வந்திருந்த வியாதி ஒன்றுக்கும் சளைக்கவில்லை. கடைசியில் மழை ஓய்ந்திருந்த காலையில் அது குஜலத்தின் ஆவியையும்கூட இழுத்துக் கொண்டு, அமிர்தத்தை ஒன்றியாக அழ விட்டுவிட்டு அந்த வைத்தியர்கள், வீடு, உலகம் எல்லாவற்றிலிருந்தும் தப்பி ஓடிவிட்டது. டாக்டர்கள், மரணத்துக்கு முன்னால் சிலரும், பின்னால் சிலருமாகக் காரில் ஏறிக்கொண்டு போனார்கள். அமிர்தம் இடிந்துபோய் உட்கார்ந்திருந்தாள்.

அவளுக்கு மயக்கம் தெளிந்தபோது துளசியும் ராஜூப்பிள்ளையும் அங்கு வந்ததைப் பார்த்ததும் அவள் வாய்விட்டு அழுதாள். உறவினர்கள் ‘ஆகவேண்டிய’ காரியத்தைப் பார்த்துக் கொண்டிருந்தார்கள்.

“அம்மா! அம்மா!!” என்று குழந்தை மாதிரி அலறினாள் அமிர்தம். அம்மா நிரந்தரமாக அவளை விட்டுப் போய் விட்டாள்.

வீடு வெறிச்சென்று கிடந்தது. இப்போது மீனி போடும் கோணல் கோலங்கூட அற்றுப்போய், வாசலும் வாசற்படியும் சூனியமாகக் கிடந்தன. துளசி வந்ததும் தானாகவே மீனி வேலையை விட்டு நின்று விட்டாள்.

## சோகப் பொறுமல்

பொறி கலங்கி உட்கார்ந்திருந்த அமிர்தத்தைத் துளசி தேற்றிக்கொண்டிருந்தாள். அம்மா இறந்து விட்டாளா? எப்படி நம்புவது? நாலைந்து நாட்களாகப் படுத்த படுக்கையாகக் கிடந்தாள். அதற்கு முன் 'பரபர'வென்று வாசலுக்கும் கொல்லைக்கும் அலைந்துகொண்டே இருக்கும் அவளுடைய சுறுசுறுப்புத்தான் அமிர்தத்தின்முன் வந்து நின்றது. ஆனால் இப்போது அந்தக் காற்றுப்போன சடலம் நேரே கிடக்கிறது. கொஞ்சம் கொஞ்சமாகச் சாவின் வெளிர் படர்ந்துகொண்டிருக்கிறது. அதை வெளிர் என்று கூடச் சொல்ல முடியாது. அது குஜலத்தின் தங்கச் சாயையைத் துடைத்துவிட்டுச் சவக்களையை ஏற்றிக்கொண்டிருக்கிறது.

அமிர்தம் தொட்டுத்தொட்டுப் பார்த்தாள். சடலத்தின் தசையை மெதுவாகத் தட்டினாள். மரணத்தின் ஸ்பர்சம், வறண்டு ஜில்லிட்டுப்போன ஸ்பர்சம், அவளுடைய உடலைச் சிலிர்க்க அடித்தது.

உறவினர்கள் மூலைக்கொருவராக உட்கார்ந் திருந்தார்கள். சாவின் எல்லையற்ற மௌனம் கூடம் முழுவதும் பரந்திருந்தது. வாயடைத்துப்போய் உட்கார்ந்திருந்தவர்கள், யாரேனும் புதிதாக நுழையும் போது ஒரு முறை அலறிவிட்டு ஓய்ந்துவிடுவார்கள்.

துளசியின் மடியில் சற்றுப் படுத்திருப்பாள் அமிர்தம். என்னமோ நினைத்துக் கொண்டு, 'அம்மா'விடம் நகர்ந்து முகத்தோடு முகம் சேர்ப்பாள். 'அம்மா'வின் தோய்ந்துபோன தலை, இழுத்த

அமிர்தம்

இழுப்புக்கு வந்துகொண்டிருந்தது. மார்பின் மீது போர்த்தியிருந்த துணி இறங்கி ஏறுவதுபோல் அவள் கண்ணுக்குத் தோன்றிற்று.

அம்மா அம்மா என்று கூப்பிட்டாள். பக்கவாட்டில் தோய்ந்து விழுந்திருந்த தலை, பதில் சொல்லத் திரும்பவில்லை.

வெயில் ஏறிக்கொண்டிருந்தது. ‘சடபுடன்னு செய்யப்பா’ என்று ஆக்ஞை அடிக்கடி பிறந்துகொண்டிருந்தது.

குஜலத்தைக் கடைசி முறையாகக் குளிப்பாட்டினார்கள். இறுதியாக, பூவும் மாலையும் அணிந்துகொண்டு, கொம்பும் வாத்யமும் புடைசூழ, என்றும் தோல்வியே காணாத மரணம், வெற்றிமுழக்கத்துடன் சூடும் சாம்பலும் நிறைந்த தன் சொந்தத் தலைநகருக்குத் திரும்பிப் போயிற்று. அம்மா உண்மையாக இறந்து விட்டாள் என்ற முழுப் பிரக்ஞையும் அப்பொழுதுதான் அமிர்தத்திற்கு வந்தது.

இப்பொழுது மெழுகி இருந்த வீடு வெறிச்சோடி விட்டது. தனியாக உட்கார்ந்திருந்த அமிர்தம் தன் பெருமூச்சையே கேட்டுக்கொண்டிருந்தாள். அது கடலைப் போல வீறிடுவது மாதிரி அவளுக்குத் தோன்றியது.

இனிமேல் யார் தட்டை எடுத்துப்போட்டுச் சாப்பிடக் கூப்பிடுவார்கள்? தலைவாரி யார் பின்னிவிடுவார்கள்? புடவை கட்டி விடுவதற்கு எந்த அம்மா வரப் போகிறாள்?

இந்தக் கடைசி நினைவோடு தொடர்ச்சியாக முதலியாருக்காகக் குஜலம் காத்துக்கொண்டிருக்கும் காட்சியும் வந்து சேர்ந்தது. அப்பொழுதுதான் – அம்மா இறந்தது முதல் அப்பொழுதுதான் – முதலியாரின் நினைவு அவளுக்கு வந்தது.

முதலியார் குஜலம் இறந்தது முதல் வரவில்லை. தெரியாதா? யாரேனும் சொல்லி அனுப்பாமல் இருந்திருக்க மாட்டார்கள். பின் ஏன் வரவில்லை? ஒரு சமயம் தெரியாதோ?

சாயங்காலம் துளசி வந்ததும் விசாரித்தபொழுது அவள் சொன்னாள். “நானே நேரே போய்ச் சொன்னேம்மா, உடனேயே போய்ச் சொல்லிப்பிட்டேன். கொஞ்சநாழி யோசிச்சிப்பிட்டு ‘சரிபோ’ன்னு சொன்னாங்க. நான் வந்தூட்டேன்.”

“வந்தாரா?”

“வந்தா உங்களுக்குத் தெரியாமியா இருக்கும்? உங்க கிட்டதானேம்மா துக்கம் கேக்கணும்?”

பத்துப் பதினைந்து நாட்கள் ஆனதும் ஒருநாள் இருட்டி இரண்டு நாழிகைக்கு முதலியார் வந்துசேர்ந்தார். வந்த அழுகையை அமிர்தம் சிரமப்பட்டு அடக்கிக்கொண்டாள்.

"அவ்வளவுதான் கொடுத்துவைத்தது!" என்று ஸம்பிரதாயமாகத் துக்கப்பிரச்னம் செய்தார் அவர்.

அவளுடைய அழுகை நின்றதும் 'அவசரமாக ஊர்ப் பயணம். வர முடியவில்லை' என்று பொய்ச் சொல்ல வாயெடுத்தவர் சட்டென்று நிறுத்திக்கொண்டார். பெருந்துயரத்தில் உழலும் எந்த ஜீவனும் அந்தச் சமயத்தில் ஒரு காம்பீர்யத்தைப் பெறுகிறது. அதற்குமுன் பொய்யும் அற்பங்களும் தலை நீட்ட முடியாமல் மடங்கி விழுந்து விடுகின்றன. துயரத்தீயில் வெந்து, தூய்மை ஒளி ஏறின அவள் முன்னிலையில் அவர் பொய்யும் நெஞ்சுக்குள்ளேயே செத்துவிட்டது. அவள் மட்டும் அதைக் கிளறவில்லை. பேசாமலேயே இருந்து விடலாம் என்று தீர்மானித்துக்கொண்டாள். ஆனால் ஆத்திரம் தலைதூக்கி நின்றது.

"நீங்கள் இங்கு வந்து உட்காரவே காரணம் அம்மாதான். பணத்துக்கு ஆசைப்பட்டாளோ என்னவோ! எப்படியானு மிருக்கட்டும். அவள் உங்களுக்கு இடம் கொடுத்ததற்கு அவள் செத்துப்போனபோதாவது வந்திருக்கலாம் நீங்கள்!" என்று பேச்சை நிறுத்திவிட்டாள்.

அந்த விஷயத்தை மென்றுகொண்டே, குனிந்து கொண்டு சற்று நேரம் அங்கேயே இருந்துவிட்டு, அவர் வெளியே எழுந்து போனார். மழைக்காற்று மண் வாசனையைக் கிளப்பிக்கொண்டு வீசிற்று. "பாழும் கௌரவம்!" என்று தன் மனதுக்கு ஒரு சவுக்கடி கொடுத்தார். சொல்ல முடியாத வேதனை யொன்று அவர் நெஞ்சை அழுத்திற்று.

# பிள்ளை

"ஏம்மா இத்தினி நாளா வரலியாம் அவங்க? ஊருக்குக் கீருக்குப் போயிருந்தாங்களாம்மா?" என்று முதலியார் வெளியே போனதும் கேட்டாள் துளசி.

"இருக்கும்"

"இருக்கு முன்னா?"

"ஊருக்குப் போயிருந்திருப்பாரோ என்னவோ என்று சொன்னேன்."

"நான் அன்னிக்குப் போய்ச் சொன்னபோது ஊரிலே தானே இருந்தாங்க!"

"அன்று இருந்தார் ... துளசீ, அவர் ஊருக்கும் போயிருக்கமாட்டார்! எங்கேயும் போயிருக்க மாட்டார்! அம்மா தங்க ஜாதியிலே பொறந்திருந்து செத்துப்போயிருந்தா கட்டாயம் வந்திருப்பார்."

துளசி இங்கித மறிந்தவள். மேலே பேசாமல் நின்று விட்டாள்.

"இதென்ன மனுஷ்யத்தனம்!" என்று முதலியாரைக் கசப்புடன் பாமரக் கும்பலில் சேர்ப்பதற்கு அமிர்தம் தயங்கவில்லை. நேரே உட்கார்ந்திருக்கும்போது மட்டும் தன்னையே சமர்ப்பித்த விட்டாற்போலப் பேசுகிறார். ஆனால் அவ்வளவு லயிப்பு இருந்தால், குலமும் கௌரவ சிந்தையும் குறுக்கிடுவானேன்? 'பெரிய' மனுஷ்யர்களின் பெருங்குணம் போலிருக்கிறது!"

அமிர்தம் யோஜித்துக்கொண்டிருந்ததைப் பார்த்த துளசிக்கு எரிச்சலாக இருந்தது.

“யம்மா, எத்தினி பணக்காரங்களா இருந்தா என்னம்மா? உள்ளுக்குள்ளே ஒன்றும் பிரமாதமா இருந்துடாது. எல்லாம் ‘கண்டா காமாச்சி நாயக்கரு காணாட்டா வடவப் பய’லுங்கிற சங்கதிதாம்மா!” என்று முதலியாரைப் பற்றித் தான் தீர்மானமாக முடிவுகட்டியதைச் சொல்லிவிட்டுக் கொல்லைப்பக்கம் போய்விட்டாள்.

குஜலத்தின் மரணம் உடனேயே முதலியாருக்குத் தெரிந்து விட்டது. துளசிதான் வந்து சொன்னாள். போவதா வேண்டாமா என்ற ஆராய்ச்சியில் அன்றுமுழுவதும் கழிந்துவிட்டது. இரட்டைத்தலைப் பாம்புமாதிரி மனது இரண்டு தலைகளை எடுத்துக்கொண்டு பூசலுக்கு ஆரம்பித்துவிட்டது.

“நீ போய்விட்டு வா.”

“எப்படிப் போகிறது? தெருவிலுள்ளவர்கள் எல்லோரும் வந்திருப்பார்களே?”

“அவர்கள் வரக்கூடாதா?”

“வராமலிருந்தால் போகலாம்.”

“ஓகோ! சரிதான், ஆனால் மரணம் அவ்வளவு அனாதை இல்லையே. கும்பலை இழுத்துவிடுகிறதே அது.”

“அப்படியானால் போவது சிரமம்தான்?”

“சிரமம்தான். போக வேண்டாமா?”

“கட்டாயம் போக வேண்டும். அமிர்தம், என் வாழ்விற்கு அமிர்தமாக வந்தவள். அதைக் கொடுத்தவள் குஜலம். போகாமல் இருக்கமுடியுமா?”

“பின்னே போ.”

“சரி.”

“கிளம்பேன்.”

“அவளுடைய உறவினர்கள் எல்லாம் அங்கு இருப்பார்களே! சபேசமுதலியாருக்கும் குஜலத்தின் மரணத்திற்கும் என்ன சம்பந்தம்? இருக்கட்டும். இன்றைக்கு வேண்டாம். நாளைக்குக் கட்டாயம் போகிறேன்.”

நாளை வந்தது. மறுநாள் வந்தது. இரட்டைத்தலைப் பாம்பு சண்டை போட்டு ஒன்றும் நடக்கவில்லை. நாட்கள் மட்டும் ஒன்று, இரண்டு என்று பதினான்கு நாளாகிவிட்டன. ஒரு வருஷமே ஓடிப்போய் விட்டாற்போலிருந்தது.

"சீ! வெட்கமில்லை உனக்கு! இதுதானா காதல், பெரிய மனது, பெரியமனுஷன், எல்லாவற்றிற்கும் அடையாளம்? மிருகம் கூட இப்படி இருக்காதே. நன்றி கெட்டவர்களில் மூன்று பேர் உண்டு. செய்ததை மறந்தவன், செய்கிறதை மறந்தவன், உதவி ஒருவனிடம் எதிர்பார்த்துக்கொண்டே அவனது நாசத்துக்கும் திட்டம்போட்டுக் கொண்டிருப்பவன் புண்யாத்மாக்கள். இந்தக் கடைசி கோஷ்டியைச் சேர்ந்தவன் நீ" என்று ஒரு தலை சகிக்க மாட்டாமல் ரௌத்ராகாரமாக இரைச்சல் போட்டது; இரண்டாவது தலை அவமானத்தில் குனிந்து நின்றது.

மறுநாள் – பதினைந்தாம் நாளன்று – முதலியார் துக்கம் விசாரிக்கப் போனார். அமிர்தம் எரிச்சல் தாங்காமல் பேசின பேச்சுக்குப் பதில் சொல்ல முடியாது திரும்பி வந்து படுத்துக் கொண்டிருந்தார். உடல் முழுவதும் சுமை வைத்தாற் போலிருந்தது.

மறு நாள் காலையில் அவளிடம் போய் மன்னிப்புக் கேட்கலாமா? கேட்கலாம். மன்னித்து விடுவாள் அவள். ஆனால் இத்தனை நாள் போகாமல் இன்று மட்டும் போய் விட்டு, அவள் சொன்ன சொல்லுக்குப் பதிலும் சொல்லாமல் திரும்பிவிட்டு, நாளைக் காலையில் போய் மன்னிப்புக் கேட்டால், அவள் என்ன நினைத்துக் கொள்வாள்? வெகு சிரமப்பட்டு இரவு முழுவதும் இருட்டில் சமாதானம் சொல்லக் காரணங்களைத் தேடி எடுத்து வந்திருக்கிறான் என்று தானே அவள் நினைக்கக்கூடும்? இப்படியே திடீரென்று போனால் இன்னொன்றுகூட நினைத்துக் கொள்வாள். சாவு வந்த அடியோடு காதல் பிச்சைக்கு வந்து விட்டான் என்று நினைத்துக் கொண்டால்?

மனத்தில் மட்டும் குறை ஒன்று பதுங்கிக் கிடந்தது. கணவனுடன் உத்ஸாகமாகப் பிரயாணத்திற்கு ஏற்பாடெல்லாம் செய்து முடித்து விட்டுப் புறப்படும் சமயத்தில் சோவென்று பெருமழை கொட்டிப் பிரயாணம் நின்றுவிட்டால் எப்படி இருக்கும் இளம் பெண்ணுக்கு? அவள் இரண்டு மாதம் காத்திருக்கச் சொன்னாள். இரண்டு மாதங்களும் போய்விட்டன. ஆனால் தன் கோரிக்கையை மீண்டும் துவக்கும் சமயம் பார்த்துக் குஜலம் வாயைப் பிளந்து வைத்தாள். குழந்தையிடம் விளையாடுகிற மாதிரி விதி அமிர்தத்தை கைக்கருகில் கொண்டுவந்து பாய்ச்சல் காட்டிக்கொண்டே இருக்கிறது.

ஆனால் இந்தக் குறைக்கு இப்பொழுது மருந்து கிடையாது. இன்னும், இரண்டு மூன்று மாதம் கழித்துத் துயரின் கொதிப்பு அடங்க வேண்டும். அதுவரையில் அதைப் பற்றி நினைப்பதே சிறுமை. அவளிடம் அதுவரையில் போகவும் முடியாது. கடைசியாகப் படுக்கையில் புரண்டு புரண்டு அவர் முடிவுகட்டினது

இதுதான். இன்னும் இரண்டு மூன்று மாதங்களுக்கு அமிர்தம் இருக்கும் திசையை நாட வேண்டாம். காலம் செல்லச் செல்லக் காயங்களும் ஆறாமல்போய்விடாது. அவளும் தனிமையில் ஸ்நேகத்திற்கும் அன்பிற்கும் ஏங்கத் தொடங்கிவிடுவாள். அப்பொழுதுதான் நம் வழியும் திறந்திருக்கும். அவர் இந்தத் தீர்மானத்திற்கு வரும்போது இரவு மணி மூன்று, மழையின் வருகையைத் தோட்டத்துத் தவளைகள் கூட்டம் கூட்டமாகப் பற்பல சுருதிகளில் பாடிக் கொண்டாடிக் கொண்டிருந்தன. மரக்கிளையிலிருந்து ஜன்னல் தகரத்தில் டப் டப்பென்று மழைத்துளி விழுந்து சத்தம் போட்டுக் கொண்டிருந்தது. பளிச் பளிச் சென்று ஓயாமல் மின்னிய மின்னல் புவனத்தின் இருளை விழுங்கிற்று.

இழுத்துப் போர்த்திக்கொண்டு அவர் உறங்க ஆரம்பித்தார்.

கிழக்கு வெளுக்க ஒரு நாழிகை இருக்கும். கரிச்சான் பாட்டு ஓயும் நேரத்தில் தடதடவென்ற ஓசை அவருடைய தூக்கத்தைக் கலைத்து விட்டது.

"யார்!" என்று தலையைச் சற்றுத் தூக்கிக்கொண்டே கேட்டார்.

"நான் தான்."

"நான் தான்னா."

"நான் தான், அப்பா!" என்று அந்தக் குரல் பதில் கொடுத்தது.

ஆச்சரியமும் குழப்பமும் சந்தோஷமும் நிறைந்து, வேகமாகப் போய்க் கதவைத் திறந்தார்.

"நான் தானப்பா!" என்றான் அவருடைய பிள்ளை: ரங்கூனிலிருந்து காலை மெயிலில் வந்து இறங்கி இருக்கிறான். அவருக்கு அப்பொழுதுதான் ஞாபகம் வந்தது அவன் மெயிலில் வருவதாகவும், ஸ்டேஷனுக்கு அவரை வரச்சொல்லியும் எழுதியிருந்தான். அவர் மறந்து போய் விட்டார்.

"அலாரம் முள்ளைத் திருப்பி வைத்தேன், 'ஸைலன் ஸி'லேயே முள்ளை வைத்திருக்கிறேன். நல்ல ஞாபகம்!" என்று பெட்டி படுக்கை எல்லாவற்றையும் தானே உள்ளே கொண்டு வைத்தார். அவனும் எடுத்து வந்தான்.

பல் தேய்த்துவிட்டுக் காப்பி சாப்பிடும்போது அவனுக்கு எதிரில் மேஜைக்குமுன் ஒரு நாற்காலியைப் போட்டு உட்கார்ந்து கொண்டு அவனை விழுங்கிவிடுவது போல் பார்த்தார் அவர். அவனைப் பார்த்து நான்கு வருஷங்களுக்குமேல் ஆய்விட்டது. இருபத்திரண்டு வயதாகி விட்டது அவனுக்கு. ஆள் எப்படி வளர்ந்து விட்டான்? ஏறக்குறைய அவருடைய உயரமும் முக்கால்பருமனுமாக இருந்தான். முகம் செல்லம்மாளை

உரித்து வைத்தாற்போலிருந்தது. ஒரு நீண்ட பெருமூச்சு தன்னை யறியாமல் வந்தது அவருக்கு. அவன் செல்லம்மாளின் நிறம்தான். வெகுவாகச் சிகப்பு என்று சொல்ல முடியாது. சந்தனக் கட்டை வர்ணம். இளமை கண்ணிலும் மயிரிலும் தோலிலும் பூர்ணமாக மதாளித்திருந்தது. கல்லூரிப் படிப்பு முடிந்து விட்டது. வக்கீல் படிப்பையும் முடித்து விட்டுத் தொழிலில் இறங்குவதற்கு யோசனை செய்து கொண்டிருந்த சமயம்.

தன்னுடைய தம்பியின் குடும்பத்தைப்பற்றி எல்லாம் அவனை விசாரித்தார். அவன் பேசும்போதெல்லாம் செல்லம்மாளின் குரலின் சாயல் அதில் தொனித்துக் கொண்டே இருந்தது.

அந்தச் சமயம் அவருக்கு அமிர்தத்தின் ஞாபகம் வரவில்லை. இரண்டு மூன்று மாதம் அமிர்தத்தைப் பார்க்காமலேயே இருக்க உத்தேசித்ததற்குச் சாதகமாகப் பிள்ளையும் வந்திருந்தான். அவர் உள்ளம் இன்பப் பெருக்கெடுத்து ஓடிக்கொண்டிருந்தது. விதம்விதமாக ஆகாரங்கள் – பொழுது போக்குகள் – புத்தகசாலைக்குப் போய்ப் புதிது புதிதாகப் புஸ்தகங்களை எடுத்துவந்து அவனுடைய மேஜைமீது போட்டுவிட்டுப்போவார்.

"இதை வாசிப்பாயா, என்னமா இருக்கு?" என்று அவன் அபிப்பிராயத்தைக் கேட்டுக்கொண்டே இருப்பார். அவன் அவ்வளவு தாராளமாகப் பழகவில்லை. இரைந்து பேசுவதோ, சங்கோசமின்றிப் பழகுவதோ அவனுடைய ஸ்வபாவத்திலேயே இல்லை, மரியாதையும் அவனை அவ்வளவு தாராளமாகப் பழகவிடவில்லை.

அன்றிரவு விளக்கு வெளிச்சத்தில் அவன் கட்டிலில் உட்கார்ந்துகொண்டு தனக்கு ஞாபகமே இல்லாத அம்மாவின் சித்திரத்தை உற்றுப்பார்த்துக்கொண்டே இருந்தான். உணர்ச்சி மிகுதியில் தாயில்லாப் பிள்ளையின் கண்கள் ஒரு துளி நீரை உதிர்த்தன.

"நீ படுத்துக்கலை? இன்னும் இரண்டு மூன்று நாள் ஓய்வு எடுத்துக்கொள். அது வரையில் ஒன்றும் படிக்க வேண்டாம்" என்று சொல்லிவிட்டுப் படுத்துக் கொண்டார் அவர். தனக்காக ஒழித்துவிட்டிருந்த அறையில் நுழைந்தான் அவன். படுக்கை வெகு அழகாக மடிப்புச் சுருக்கமில்லாமல் போடப்பட்டிருந்தது. தந்தைபிள்ளைக்குப் படுக்கையைப் போட்டுவிட்டுப் போயிருந்தார். அவன் நிறைந்த உள்ளத்துடன் அதன்மீது படுத்துக் கொண்டான். சாசுவதமாக அந்த ஊரிலேயே தொழிலை நடத்தினால், தான் அவருக்கு நல்ல துணையாக இருக்குமென்று அவனுக்குப்பட்டது.

## கொட்டும் மழையில்

வருஷம் தவறாமல் வரும் யாத்ரீகனைப்போல மழையும் வந்துவிட்டது. குடுகுடு வென்று மேக நாதம் திசைக்குத்திசை ஓடிக்கொண்டிருந்தது. களைப்பே தெரியாமல் பாடிப் பாடி அலைந்துகொண்டிருந்த புள்ளினங்கள் இப்பொழுது கூட்டுக்குள் சிலிர்த்து முடங்கிக் கிடந்தன. கோயில், கோபுரம், அடிவானத்து விருக்ஷராசிகள், கீற்றுக் குடிசை, மாடிவீடு எல்லாம் மழையின் புகைப்படலத்தில் மறைந்து, ஆகாசம் முழுவதும் நீர் மாரியாக மாறி விட்ட நரைத்தோற்றத்தை மாடி ஜன்னலில் உட்கார்ந்து கொண்டு அமிர்தம் கவனித்துக் கொண்டிருப்பாள். ஆடிக் காற்றில் புழுதி மண்டி, நிறம் மாறிய இலைகளும் தழைகளும் குளித்து விட்டுத் தள தள வென்று சொட்டச் சொட்ட நிற்கும் காட்சி அவளுக்கு மகிழ்ச்சி ஊட்டிற்று. மழையின் இனிய 'சல்'லோசையைக் கேட்பதில் ஒரு தனி வெறி ஏற்படுகிறது. குடுகுடு என்று மேகம் சப்திக்கும் பொழுது, வருணன் ஏறிவரும் மேக ரதத்தின் அச்சு ஒலிப்பது போல் அவள் கனவு ஓடும். நாள் முழுவதும் இப்படிச் சாளரத்தில் அவள் கழிப்பது வழக்கம். சூரியனும் மறைந்துதான் இருந்தான். நாள் முழுவதும் ஒரே ஸந்தியா காலமாக தோன்றிற்று. இருள் தான் சூரியன் மறைந்ததைத் தெரிவித்தது. இரவு வந்து விட்டால் ஒரே மின்னல் பளிச் பளிச் சென்று மின்னும். உடனே ஒரே அந்தகாரம். இருளும் ஒளியும் ஒன்றை யொன்று விழுங்கிக் கொண்டிருந்தன. இரவு, பைத்தியக்காரன்

மனம் மாதிரியும், விடனின் காதல் மாதிரியும், மின்னலுக்கும் இருளுக்கும் சஞ்சலப் பட்டுக் கொண்டிருந்தது.

இரவில் கதவை யெல்லாம் அடைத்துவிட்டுக் கட்டிலில் இழுத்துப் போர்த்திப் படுத்தவாறு புஸ்தகத்தைப் புரட்டிக் கொண்டிருப்பாள் அமிர்தம். வெளியே தவளைக் கூட்டத்தின் ஓலம், சுவர்க்கோழியின் 'ஙீ' இசை, 'டப்டப்'பென்று ஜன்னல் தகரத்தில் விழுந்து கொண்டிருக்கும் மழைச் சொட்டு – இவை எல்லாம் சொல்லுக் கெட்டாத இன்பத்தைக் கொடுத்தது.

முதலியார் வந்து விட்டுப் போய் ஒரு மாதத்திற்கு மேலும் ஆகிவிட்டது. மழை இன்னும் விடவில்லை. அன்று அவள் சாளரத்தில் உட்கார்ந்து கொண்டு, வால்மீகி கிஷ்கிந்தை மலைச்சாரலில் கண்ட மழையையும் கொக்குக் கூட்டத்தையும் மனதில் கொண்டு வந்து களித்துக்கொண்டிருந்தாள்.

கீழே இரும்புக் கேட்டைத் திறந்து அந்தக் கொட்டுகிற மழையில் குடையைப் பிடித்துக்கொண்டே ஓர் உருவம் உள்ளே வந்தது. காலைப் பார்த்தவுடன் மாடியிலிருந்த அமிர்தத்திற்கு அது முதலியார் என்று தெரிந்து விட்டது. கீழே போகலாமா என்று உடனே தோன்றிய யோஜனையை அடக்கிக் கொண்டாள். 'துளசி கீழே இருக்கிறாள். மாடிக்கு அனுப்புவாள், இல்லாவிட்டால் வந்து கூப்பிடுவாள்' என்று அவள் அந்த இடத்தைவிட்டு நகரவே இல்லை. ஆனாலும் சற்றுக் கழித்து எழுந்து நாற்காலியை இழுத்து ஒழுங்காகப் போட்டாள். கட்டில்மீது பிரிந்து கிடந்த புஸ்தகத்தை மூடி அலமாரிக்குள் வைத்தாள். அங்கிருந்த மேஜை, அலமாரி எல்லாவற்றையும் துண்டால் ஒரு முறை தட்டிவிட்டு மீண்டும் சாளரத்தில் போய் உட்கார்ந்தாள். மழை வரவர வலுக்கத் தொடங்கிற்று. சாளரத்தின் வழியாக அருவியிலிருந்து திவலை பறக்கிறதுபோல் சாரல் சீறிற்று. முகத்தைத் துடைத்துக் கொண்டு சாளரத்தை மூடிவிட்டு நாற்காலியில் வந்து உட்கார்ந்தாள். ஐந்து நிமிஷமாயிற்று. அவர் மாடிக்கு வரவில்லை. சற்றுக் கழித்து மாடிப்படியில் காலோசை கேட்டது. அவராகக் கூப்பிடட்டுமே என்று ஒரு புஸ்தகத்தைப் பிரித்து அதில் ஆழ்ந்திருக்கும் பாவனையில் உட்கார்ந்து கொண்டாள்.

"அம்மா?" என்று துளசி குரல் கேட்டது.

"கீழே யார் வந்தார்கள்?"

"அவங்கதாம்மா!"

"கீழே இருக்கிறாரா?"

"அவர் குடையை மடக்கிக்கிட்டே அம்மா எங்கேன்னு கேட்டாரு. மாடியில் இருக்காங்க, அழச்சுவரேன்னு சொல்லிட்டு நாற்காலியைப் போட்டேன். கொஞ்சம் யோசிச்சிப்பிட்டு "இரு வரேன்"னு மறுபடியும் குடையைப் பிரிச்சிட்டு கேட்டையும் திறந்துக்கிட்டு வெளியே போயிட்டாரு. எனக்கு ஒண்ணுமே புரியலை!"

வாஸ்தவமாக அமிர்தத்திற்கும் ஒன்றும் புரியவில்லை. இந்தக் கொட்டுகிற மழையில் வருவானேன். உடனே திரும்பிப் போவானேன்? இரண்டுமூன்று நாழிகைவரை அவரை எதிர்பார்த்தாள். இருள் கவிந்து விட்டது. அவர் வரவில்லை. அவளுக்கு அப்போதுதான் நினைவுக்கு வந்தது. அன்று அவர் துக்கம் விசாரிக்க வந்தபோது, "நீங்கள் இங்கு வரக்காரணமே அம்மாதான். அதற்காக, அம்மா செத்துப்போன போதாவது உடனே வந்திருக்கலாம்!" என்று கசந்துகொண்டு அவள் சொன்னதையும் அவர் பேசாமல் திரும்பிப் போனதையும் நினைத்துப் பார்த்தாள். ஏன் சொன்னோம் என்றுகூட வருத்தமாக இருந்தது. அப்படித்தான் வந்தாரே இந்தப் பேய் மழையில், மாடிக்குக்கூட வராமல், கொஞ்ச நாழிகூட உட்காராமல் திரும்பிப் போவானேன்?

முதலியார் அந்தச் சாரலிலும் மழையிலும், பிள்ளை எங்கேயோ ஓர் உள்ளில் வாசித்துக் கொண்டிருக்கையில் அவனுக்குத் தெரியாமல் புறப்பட்டு, அமிர்தத்தைப் பார்க்கத்தான் வந்தார். ஆனால் அவள் வீட்டில் கால் வைத்துக் கூடத்தைப் பார்த்ததும், குஜலத்தின் உருவம் தான் அவர் நினைவுக்கு வந்தது. குஜலம் உட்காரும் நாற்காலியைப் பார்த்தார், சூன்யம் தான் அங்கு வீற்றிருந்தது. அவருக்கு மட்டும் அங்கு அவள் இன்னும் உட்கார்ந்து பார்ப்பதுபோலவேதான் தோன்றிற்று. உடனே ஏதோ மறந்து வைத்துவிட்டதை எடுக்கப் போகிறவர்போல், 'இரு, வரேன்' என்று துளசியிடம் சொல்லிவிட்டுக் கிளம்பிவிட்டார்.

குடையை எந்தப் பக்கம் பிடிப்பது என்றும் புரியவில்லை, கணத்திற்குக் கணம் திசை மாறிமாறி, சாரல் வீசிக்கொண்டிருந்தது. ஒரு பேய்க்காற்றில், குவிந்திருந்த குடை திடீரென்று பின்பக்கம் திரும்பிவிட்டது. அதைச் சரிப்படுத்துவதற்குள் சட்டை, வேஷ்டி எல்லாம் தொப்பலாக நனைந்து விட்டது. தலையைக் குனிந்து மழையில் கம்பீரமாக முன்னேறும் காளைபோலக் குடையை முன்னால் நீட்டிக்கொண்டு, அழுத்தமாகக் காலை வைத்து நடந்து போனார். பங்களாவிற்குப் போவதற்குள் நெற்றிக்குக் கீழ் உடல் முழுதும் ஒரேயடியாக நனைந்து விட்டது.

வாசலில் அவர் பிள்ளை நின்றுகொண்டிருந்தான்.

"எங்கே அப்பா இந்த மழையில் போய்விட்டு வந்தீர்கள்?" என்று ஆச்சரியத்துடன் அவன் கேட்டான்.

"அங்கே கொஞ்சம் வேலையிருந்தது."

"கார் எடுத்துப் போகக்கூடாதோ?"

"கார் நனைகிறதைவிட நாம் நனைகிறதே நல்லது. கார் நனைந்தால் டிரைவருக்கும் கஷ்டம், காருக்கும் கஷ்டம்."

அவர் மழுப்புகிறார் என்று நன்றாக அவனுக்குத் தெரிந்தது. மேலே கேட்பதை அவர் விரும்பவில்லை என்றும் அறிந்து பேசாமல் இருந்து விட்டான். ஆனால் மனது மட்டும் சும்மா இருக்கவில்லை. என்ன மழை! கார்கூட இல்லாமல், ஒரு குடையைப் பிடித்துக்கொண்டு, நடந்து போக அவ்வளவு என்ன அவசரம்? அவனுக்கு ஆச்சரியமாகத்தான் இருந்தது. ஆனால் படுக்கப் போகும்போது அதை அறவே அவன் மறந்துவிட்டான்.

## கார்த்திகை இரவு

அன்று கார்த்திகைப் பௌர்ணமி. அஸ்தமிப்பதற்கும் சந்திரோதய மாவதற்கும் சரியாக இருந்தது. பூர்ண சந்திரனின் பால்நிற ஒளிக்குள் எல்லா நக்ஷத்திரங்களும் மறைந்துவிட்டன. அங்குமிங்கும் பெயருக்காக ஒன்றிரண்டு மட்டும் சிமிட்டின.

கீழே, ஊர்த்திண்ணைகளில் எல்லாம் நக்ஷத்திரங்கள் மினுக்கிக்கொண்டிருந்தன. லேசாக நீலம் கலந்த நிலவு, அகல் விளக்குகளின் செவ்வொளி இரண்டும் ஒன்றுக்கொன்று சோபை யளித்தன. சற்றைக் கொருமுறை ஒரு மெல்லிய காற்று வீசும். அப்பொழுது நிச்சலமாக எரியும் அகல் சுடர் எல்லாம் ஒரு நடுக்கம் நடுங்கிவிட்டு நிற்கும்.

மாடியில் கட்டைமீது சாய்ந்து நின்றவண்ணம். அமிர்தம் ஒளி மயமான அந்தக் கந்தர்வக் காட்சியைப் பார்த்துக்கொண்டிருந்தாள்; அந்தத் தெருவில் அவளுடைய வீடு மட்டும் ஒளி மழுங்கிக் கிடந்தது. மேலும் அது மேற்குப் பார்த்த வீடு. கீழ்த்திசையிலிருந்து வந்த நிலவு வீட்டு வாசலில் இருளைக் கொட்டி இருந்தது.

துளசி சொன்னாள்: "பெரியம்மாவுக்குக் கார்த்திகை வந்தால் தலைகால் தெரியாது. வாசலில் விரல் நுழையக் கூட இடருமிருக்காது. அப்படி விளக்கு வைப்பாங்க. காத்திலே ஒரு விளக்கு அணைஞ்சுட்டா போரும்! உடனே ஏத்தி விட்டுத்தான் மறுவேலை பார்ப்பாங்கோ. இப்படி திடீர்னு இருட்டடிச்சுட்டுப் போயிடுவாங்கன்னு

யார் கண்டா?" இப்படி அமிர்தத்தின் ஏக்கத்தைக் கிளறி விட்டுவிட்டாள் துளசி.

"நானும் அதைத்தான் நினைத்துக்கொண்டிருந்தேன். இப்படிக் கட்டையில் கையை வைத்து நிற்கமுடியுமா அம்மா இருந்தால்? இங்கே எல்லாம் ஒரே விளக்கும் எண்ணெயுமாக இருக்குமே, இப்பொழுது இருட்டில் ஊரை வேடிக்கை பார்த்துக் கொண்டு நான் நிற்க வேண்டியிருக்கிறது!" என்று அமிர்தம் தொண்டையடைக்கச் சொன்னாள்.

எதிர்வீட்டு வாசலில் மத்தாப்பு விட்டுக்கொண்டிருந்தது ஒரு குழந்தை. மத்தாப்பின் சிரிப்பிற்குப் பின்னால் குழந்தையின் உருண்டை முகமும், செம்பரத்தம்பூ உதடும் புன்னகையில் விரிந்து கொண்டிருந்தது. அமிர்தம் கண்களை அந்தக் குழந்தையின்மீது நாட்டியிருந்தாள்.

திடீரென்று குழந்தையின் மகிழ்ச்சியை யாரோ கலைத்தார்கள். அதன் தாயார் வந்து, ஒரு தூக்குப்பாத்திரத்தை அதன் கையில் கொடுத்து என்னமோ சொன்னாள். என்ன வேலை சொன்னாளோ குழந்தையின் முகம் அதிருப்தியில் சுண்டி விட்டது. அமிர்தத்திற்கும் தாயார்மீது கோபம் வந்தது. குழந்தையின் சந்தோஷத்தை ஏன் கெடுக்க வேண்டும்? குழந்தையோ முகத்தைச் சுளித்ததே ஒழிய கட்டளையை மறுக்கவில்லை. அது பாத்திரத்தை எடுத்துக் கொண்டு கிளம்பிற்று. அமிர்தத்தின் ஆச்சரியத்திற்கு ஏற்றாற்போல், அது அவள் வீட்டில்தான் நுழைந்தது. "துளசி, எதிர்வீட்டுக் குழந்தை இங்கே வருகிறதே!" என்று சொல்லிக் கொண்டே கீழே இறங்கிப்போனாள். குழந்தை பாத்திரத்தைத் தூக்கிக்கொண்டு "அக்கா அக்கா" என்று கூப்பிட்டது.

அமிர்தம் ஓடிப்போய், "ஏண்டா ராஜா!" என்று கொஞ்சிக் கேட்டாள்.

"அம்மா இதைக் கொடுத்துட்டு வரச் சொல்லிச்சு"

"என்ன அது?"

"பொரி. ஏனக்கா, நீ ஏன் விளக்கு வைக்கவில்லை?"

"பாட்டி இருந்தா விளக்கு வைக்கலாம்! பாட்டிதான் இல்லையே?"

"செத்துப் போனாங்களே! அந்தப் பாட்டியா?"

"ம்—ம்"

"வாசலெல்லாம் இருட்டா இருக்கு. அக்கா நல்லாவே இல்லை. சரி, எடுத்திட்டுப் பாத்திரத்தைக் குடுக்கிறயா?"

"பாத்திரத்தை எனக்குக் கொடுத்திடேன்?"

"இம், எங்க வீட்டுது!"

"இங்கேயே இருக்கட்டுமே!"

"அப்படின்னா ராத்திரி இருக்கட்டும். காலையிலே குடுத்திடு?" என்று சொல்லிவிட்டு, விளையாட்டு அவசரத்தில் நிற்கவும் நேரமில்லாமல் வெளியே போய்விட்டது குழந்தை.

பொரியை நடராஜாவுக்குக் காட்டிவிட்டு வாயில் கொஞ்சம் போட்டுக் கடித்தாள் அமிர்தம்.

"அம்மா, கோயில்லே ரொம்ப நல்லா இருக்கும்மா! இன்னிக்கி நீங்க போகலியா! இப்ப போனால் கூட்டம் அவ்வளவு இருக்காது!" என்றாள் துளசி.

"வீட்டில்தான் நைவேத்தியம் பண்ணவில்லை. கோயிலுக்கானும் போய்விட்டுத்தான் வரணும்!" என்று கோயிலுக்குப் போகத் தயாரானாள் அமிர்தம்.

அவள் கோயிலுக்குச் சென்றபோது கூட்டம் எல்லாம் கலைந்துவிட்டது. மூலைக்கு மூலை எண்ணெயில் மிதந்து கொண்டிருந்த விளக்குகள் உற்சாகமாக எரிந்து கொண்டிருந்தன. வழக்கத்தைவிட அன்று கோயில் சற்றுக் கதகத வென்றிருந்தது.

அர்ச்சனைத் தட்டை எடுத்துக்கொண்டு அமிர்தம் அம்மன் சன்னதியில் கர்ப்பக்கிருகத்தின் அருகே போய் நின்றாள். அவளுக்குப் பக்கத்தில் பிரும்மாண்டமாக நின்றுகொண்டிருந்த நிலையின்மீது, பித்தளைப் பட்டம் அடித்து அடுக்கடுக்காக விளக்குகள் செருகப்பட்டிருந்தன. வழக்கத்திற்கு விரோதமாக எல்லா விளக்குகளும் அன்று எரிந்து கொண்டிருந்தன. இப்பால் எண்ணெய்ப் பிசுக்கேறின படுதா ஒரு பக்கம் ஒதுங்கிச் சுருங்கி இருந்தது. அவளுக்கு ஓர் அடி தூரத்தில் அம்மனின் உத்ஸவ விக்ரகம் எண்ணெய்ச் சட்டி, தீபாராதனைத் திரவியங்கள் எல்லாம் பலகையில் தாறுமாறாகக் கிடந்தன. கர்ப்பக் கிருகத்தில் அம்மனுக்கு ஒரே ஆபரணமாகச் சொரிந்திருந்தது. இரு பக்கங்களிலும் கொழித்த ஸ்தனமும், செழித்த அங்கங்களும் பளபளக்க நின்று கொண்டிருந்த வெண்கலப் பதுமைகளின் கைகளில் ஏந்தி இருந்த விளக்குகளிலிருந்து உன்னதமாகச் சுடர் எழுந்து கொண்டிருந்தது. மூச்சைத் திணற அடிக்கும் பல மணங்களின் கலப்பு கர்ப்பக்கிருகம் முழுவதும் பரவி இருந்தது. அம்மனுடைய சொர்ண மேனியில் விழுந்திருந்த ரோஜா, பவழ மல்லி, முல்லைப் பூக்களின் மணம், எண்ணெயேறியிருந்த பூஜைப் பாத்திரங்களின் மணம், எண்ணெயும் மண்ணும் சேர்ந்து

பொருக்குத்தட்டி நின்ற சுவரிலிருந்து வந்த மணம், எல்லாம் கலந்து கர்ப்பக்கிருகத்திற்காக உண்டான தனி வாசனையை எழுப்பின. அந்த வாசனை, நொந்து புண்பட்ட ஹிருதயத்திற்கு ஆறுதல் அளிக்கிறது. இல்லாவிட்டால் குருக்கள் அங்கு இல்லாத போது அமிர்தம் ஐந்து நிமிஷம் அங்கேயே நின்று இருந்திருக்க மாட்டாள்.

சற்றுக் கழித்ததும் குருக்கள் பையன் வந்தான். வழக்கமாக ஏற்பட்ட அர்ச்சகர் அன்று வரவில்லை. பையன் புதிது. அமிர்தத்தினிடம் அர்ச்சனைத்தட்டை வாங்கிக் கொண்டு, அம்மன் பாதத்தினடியில் வைத்து விட்டு, வெளியே வந்து நின்றான்.

"ஏன், அர்ச்சனை செய்யவில்லையா?" என்று கேட்டாள் அமிர்தம். "அவர் வரவில்லையா? உங்கள் புருஷர்! அங்கேயே நின்று கொண்டிருக்கிறாரே!" என்று வெளியே பார்த்தான் குருக்கள் பையன்.

"என்ன இது!" என்று திரும்பிப்பார்த்தாள் அவள்.

வெளியே யாரோ ஒரு யுவன் நின்று கொண்டிருந்தான். அமிர்தத்திற்குச் சிரிப்பு வந்துவிட்டது. "தம்பி, நீபாட்டுக்கு அர்ச்சனை பண்ணு. கோயிலில் எத்தனையோ பேர் வருவா, போவா! எல்லோருக்கும் உறவு சொல்லிண்டிருக்காதே. நான் ஒருத்தரோடும் வரவில்லை. பூஜையை ஆரம்பி," என்றாள்.

பையனுக்கு வெட்கத்தில் தலை குனிந்து விட்டது.

அர்ச்சனை முடிந்து அவன் கற்பூரத்தை எடுத்துவந்தபோது, வெளியே நின்று கொண்டிருந்த இளைஞனும் உள்ளே வந்தான். நல்ல உயரம். மாநிறம்தான். கதர்ப்பட்டு ஜிப்பா. அவனும் அவள் ஒத்திக்கொண்ட பிறகு, கற்பூரத்தைக் கண்ணில் ஒத்திக்கொண்டான். அமிர்தத்திற்கு அந்தத் தனிமையும், – அங்கு வந்த யுவனது தோற்றமும் – எல்லாம் அவளுக்கு என்னமோ செய்தது. குருக்கள் பையன் சொன்னது அவள் மனதில் பாய்ந்து பரந்தது.

# கோயில் பைத்தியம்

கற்பூரப் புகையைக் கண்ணில் ஒத்திக் கொண்டவன் மறுகணம் அங்கு நிற்கவில்லை. 'உஸ் உஸ்' என்று சட்டைப் பொத்தானைத் திறந்துவிட்டு, கர்ப்பக்கிருஹத்தின் புழுக்கத்திலிருந்து தப்பித்துக் கொண்டு வெளியே வந்தான். அவன் பின்னாலேயே அமிர்தமும் நகர்ந்தாள். நான்கு அடி நடந்ததும், "பிரசாதம் வாங்கிக்கொள்ள வில்லையா?" என்று உள்ளே இருந்து எதிரொலித்துக்கொண்டே குரல் வந்தது. அவள் திடுக்கிட்டுத்திரும்பி, 'அட, நல்ல ஞாபகம் இது!' என்று திகைப்பைச் சிரிப்பினால் மறைத்தவண்ணம் பிரசாதத்தட்டை வாங்கிக் கண்ணில் ஒத்திக்கொண்டு வேகமாக வெளியே வந்தாள். அவனைக் காணவில்லை. ஒரே சூன்யமாக இருந்ததுபோல் பட்டது. ஒரு கிழவி மட்டும் நவக்கிரக பீடத்தைச் சுற்றி, ஏழாவது கிரகத்தின் வேகத்தில் வலம் வந்துகொண்டிருந்தாள். அமிர்தத்திற்கு ஒன்றும் தோன்றவில்லை. நந்திக்கருகில் நின்று, சுவாமி சன்னிதியின் பக்கம் முகத்தைத் திருப்பிக் கொண்டு பார்த்தாள். ஒருநாளும் அவளுக்கு அந்த வழக்கமில்லை. அர்ச்சனை முடிந்ததும் சொல்லிவைத்தாற்போல் வலம்வருவதற்காகப் பிராகாரத்தை நோக்கிக் கால் பாவும். இப்பொழுது அவள் அங்கு நின்ற காரணம் அவளுக்கே தெரிய வில்லை. வழக்கத்திலிருந்து மாறினால் இருப்புக் கொள்ளமாட்டேன் என்கிறது சகஜம். அயலூருக்குப் போனவன் உறக்கம் கொள்ளாமல் தவிக்கிறதுபோல், அவள் அங்கு நின்று கொண்டிருந்ததுபோது,

மனத்தில் "நாம் ஏன் இங்கு நிற்கிறோம்?" எனும் இந்தக் கேள்வி உதித்தது.

இந்தக் கேள்விக்கு விடை கூற வருகிறதுபோல், இடதுகைப் பிராகாரத்திலிருந்து ஓர் உருவம் வந்தது. அந்த இளைஞன்தான்! அவளுக்குப் படபடவென்று நெஞ்சு அடித்துக்கொண்டது. ஒடிந்து விழுந்துவிடப் போவது போல் கால் நடுங்கிற்று. அவன் ஒரு முறையோடு திருப்தியடையவில்லையோ என்னவோ? மறுமுறை சுற்றுவதற்காகப் பிராகாரத்தை நோக்கி நடந்தான். அவளைக் கடந்து அவன் போனான். ஆனால் அவளைப் பார்க்கவில்லை கீழே கிடக்கும் வைரத்தைத் தாண்டிச் செல்லும் குருடனைப் போல. அவளுக்கு மட்டும் நன்றாகப் பார்க்கமுடிந்தது. பார்க்கவேண்டுமென்றே நடுக்கத்தைச் சமாளித்துக் கொண்டு, ஆதரவுக்காகத் தூண்மீது கையை வைத்துக் கொண்டு பார்த்தாள். கருகருவென்று மின்னிக்கொண்டிருந்த மயிர், மூக்குக் கண்ணாடி, கவனத்தை அதிகமாக இழுக்கும் சற்று நீண்ட முகவாய், முழங்கால் வரையில் கதர்ப் பட்டு ஜிப்பா, மாநிறமும் இல்லாமல் சந்தனக் கட்டை வர்ணம். உலகில் வேறு ஒன்றிலும் சிரத்தையில்லாது எப்பொழுதோ கடைப்பிடித்த ஒரு லக்ஷ்யத்தை நினைத்து உருகும் கண்கள்...

அவள் இன்னும் பார்த்துப் பருகுவதற்குள் அவன் கடந்து சென்றுவிட்டான். முகம் மறைந்து முதுகுதான் தெரிந்தது. அவளுக்குமட்டும் நெஞ்சு நிறைந்துவிட்டதுபோல் இருந்தது. ஏக்கத்துடன் அவனுக்குப் பின்னாலேயே நடந்தாள்.

அன்று கார்த்திகைத் தீபத்திற்காகச் சுவரின் இந்தக் கோடிக்கும் அந்தக் கோடிக்கும் அடித்திருந்த நிலைக் கண்ணாடியின் கதவுகள் திறந்து வைக்கப்பட்டிருந்தன. கோயில் தீபங்கள், நந்தி, கொலுமண்டபம், எழிற் சிற்பமேந்திய தூண்கள் – யாவும் அதில் பிரதிபலித்திருந்தன. பிராகாரத்திற்குப் போகும்போது அமிர்தம் அதைப் பார்த்தாள். கண்ணாடிக்குள்ளிருந்து அவன் வந்துகொண்டிருந்தான். அவன் பின்னால் அவள் இரண்டு பேரும் சேர்ந்து ஒருவர் பின் ஒருவராய் வரும் தோற்றம். ஆ! ஆ!

திடீரென்று குருக்கள் பையன் சொன்னது அவளுக்கு ஞாபகம் வந்தது. "அதோ நிற்கிறாரே! உங்கள் புருஷர்! வரவில்லையா?" அவள் திகைத்து அங்கேயே நின்றுவிட்டாள். கால் பின்னுக்கிழுத்தது. அயர்ச்சி தாங்க முடியவில்லை. மீண்டும் சுவாமி சன்னதிக்குமுன் வந்து விடைபெற்றுக்கொண்டு, யாரேனும் பார்த்து விட்டார்களோ என்று கலவரப்பட்டுக்கொண்டே கோயில் வாசலுக்கு வந்து விட்டாள்.

வெளியே தண் நிலவும் மெல்லிய காற்றும் பட்டபோது, அவளுக்குச் சற்று வேகம் அடங்கிற்று. கோயிலுக்கு எதிரே யிருந்த புஷ்கரிணியின் சிற்றலைகளின்மீது திங்களின் ஒளியும், படியிலுள்ள அகல் விளக்குகளின் ஒளியும் சிதறிச் சிதறி நெளிந்து கொண்டிருந்தன. அமிர்தம் தெருவிற்கு வந்தபோது, பாதித்தெருவை யடைத்துச் சந்திரிகை விழுந்திருந்தது. எதிர் வீட்டு அகல் விளக்குகள் அணைந்து போய், சுடல் மணத்துடன் புகைந்து, உள்ளே போவதற்காகக் காத்திருந்தன.

வீட்டுக்குள் நுழைந்ததும், ஒரு டம்ளர் தண்ணீரைக் குடித்து வறட்சியைப்போக்கிக்கொண்டு உண்ணாமலேயே மாடிக்குப் போய்ப் படுத்து விட்டாள். கோயில் நினைவு மீண்டும்வந்து படரத் தொடங்கிற்று. மனது அலைந்தது. சும்மா இருக்க இருப்புக் கொள்ளவில்லை. படுக்கையை விட்டு எழுந்து புஸ்தகத்தை எடுத்துப் படிக்க ஆரம்பித்தாள். வரியெல்லாம் இரட்டை இரட்டையாகப் பிரிந்து தெரிந்தது. சிரமப்பட்டு ஊன்றிப் பார்த்தால் சுத்த ஜலம் மாதிரி சப்பிட்டிருந்தது கதை. வீணையை எடுத்தாள். அஸ்திவாரத்தோடு நின்று விட்ட கட்டிடத்தைப்போல், ஆரோகண அவரோகணத்திற்குமேல் ராகம் விரியவில்லை. எதைத் தொட்டாலும், சொல்லிக் கேளாத குழந்தை மாதிரி. கோயில் நினைவு குறுக்கிட்டுக் கோளாறு செய்தது. மறுபடியும் விளக்கை யணைத்துவிட்டுப் படுத்துக்கொண்டாள். பாதிரிப்பூவைச் சுற்றிச் சுற்றி வரும் கருவண்டைப்போல் குருக்கள் பையன் வாய்தவறிப் பேசியது ஹ்ருதயத்தை வட்டமிட்டு ரீங்கரித்தது. தட்டித் தட்டி ஓட்டினாள் அமிர்தம்.

வானவெளியில், நிலவின் காரணமாகத் தாரகைகள் அவ்வளவாக இல்லை. அவளுக்கு எதிரே கண் சிமிட்டாமல் ஒரே ஒரு நக்ஷத்திரம் பிரதானமாக எரிந்துகொண்டிருந்தது. அதைப் பார்த்தாள்.

அந்த நக்ஷத்திரக் கூட்டம்தான் எவ்வளவு அழகாக அமர்ந்திருக்கிறது! கோயில் மாதிரி அல்லவா இருக்கிறது. அதற்குள் ஒரு கோபுரம், நிலை விளக்குகள், குருக்கள் பையன் – "உங்கள் புருஷர், அதோ நிற்கிறாரே, வரவில்லையா?" – எனும் பேச்சு!

அட இதென்ன? ஒரே நக்ஷத்திரம் தானா இப்படிக் கூட்டமும் கோயிலுமாகத் தெரிந்தது இத்தனை நாழியும்! இந்த மனது ஒருநாய், எஜமானோடு வந்துகொண்டே இருக்கிறபோது திடீரென்று எங்கேயாவது மறைந்து விடும். தேடித்தேடி அலுத்துப்போகும் சமயத்தில் எங்கிருந்தோ வாலைக் குழைத்துக்கொண்டு ஓடிவரும். இல்லாவிட்டால் காலைத் தூக்கிக்கொண்டு எங்கேயாவது இடம்

தெரியாமல் வீடு, வாசற்படி, சுவர், கோயில் – எல்லாவற்றையும் ஆபாசப்படுத்தும். கோயிலின் புனிதத்தன்மை அதற்கா தெரியும்? – கோயிலின் அழகு, சிற்பங்கள், அம்மனுடைய அழகு, அர்ச்சனை சொல்லும் குருக்களின் ஆனந்தபைரவி ராகம் – இன்று ஏன் அவர் வரவில்லை? புதிதாக ஒரு பையன் வந்திருந்தான். அவன் என்ன சொன்னான்? – "உங்கள் புருஷர் அதோ நிற்கிறாரே, வரவில்லையா?" அவள் முகத்தில் அடித்தாற்போல் பதில் சொன்னதும், வெட்கத்தில் அவன் தலை விழுந்துவிட்டது – அது யார்? நிலைக்கண்ணாடிக்குமுன் ஜோடியாக, என் நிழலும் சேர்ந்து கொண்டதே? என்ன உயரம், என்ன கண்கள்! ஹூம் – காட்டுப்பாதை மாதிரி, புறப்பட்ட இடத்திற்கே அவளுடைய மனது அங்ஙனம் திரும்பித் திரும்பி வந்துகொண்டிருந்தது. தூக்கம் பிடிக்கவில்லை.

"ஏம்மா, சாப்பிடாமல் படுத்துவிட்டீங்களே!" என்று சமையற்காரி மாடிக்கு வந்தாள்.

"பசிக்கவில்லை"

"உடம்புக்கென்ன?"

"ஒன்றுமில்லை. பசி இல்லை. சாயங்காலம் பொரி தின்றுவிட்டேன்."

"அதுவா பசிக்கவில்லை?"

"ஆமாம், பசிக்கவில்லையென்றால் விட்டுவிடேன்."

"சரி, பால் கொண்டுவரட்டுமா?"

"வேண்டாம், உறை குத்திவிடு."

"என்னம்மா இது? இப்படியே சொல்லிட்டிருந்தா ராத்திரி கடை கொள்ளாது. தூக்கமும் வராது. மூன்றாம் ஜாமத்தில் வயிற்றைக் கிண்டும்."

அவள் விடும் வழியாயில்லை.

"சரி, கால் சேர் போதும். இப்படி ஜன்னலில் வைத்து விட்டுப் போ, வேணும்போது எடுத்துச் சாப்பிடறேன்."

சமையற்காரி போய்விட்டாள். நிலவைக் கண்டு பொழுது புலர்ந்த பிரமையில் மூடக் காகம் கரைந்து கொண்டிருந்தது. பொழுது மட்டும் விடியவில்லை, சற்று ஓய்ந்துவிட்டு மீண்டும் காகம் கத்திற்று. இப்பொழுதும் ஏமாற்றம்தான் மிச்சம். இப்படியே இதோ இதோவென்று தூங்காமலேயே முக்கால் இரவும் கழிந்துவிட்டது. கடைசியில் வைகறை மௌனமாகப் படர்ந்தபோது அமிர்தம் சோர்வு தாளாமல் உறங்கிவிட்டாள்.

கண் விழித்தபோது, வெயில் நன்றாக அடிக்க ஆரம்பித்து விட்டது.

"ஏம்மா இத்தனை நாழி? கண்ணெல்லாம் இடுங்கி இருக்கே. பாலைக்கூடச் சாப்பிடவில்லையே?" என்று துளசி வந்து படுக்கையைச் சுருட்டினாள். "மூஞ்சியெல்லாம் உப்பியிருக்கே."

"தூக்கமே இல்லை."

"எப்படியம்மா தூக்கம் வரும்? எனக்கு அப்பவே தெரியும். கோயிலுக்குப் போயிட்டு வந்ததுதாம்மா! திருஷ்டி பொல்லாது! ஒரு நாளைக்குப் போயிட்டு வந்ததுக்கே தூக்கத்தைக் கலைச்சிடிச்சே!"

"ஆமாம். இங்கே அப்ஸரஸ் பாழாய்ப் போகிறாள் திருட்டி விழுவதற்கு! போடி சரிதான்!"

"யம்மா! அழகா இருந்தாத்தான் திருட்டி விளும் உங்கிறது இல்லேம்மா. நேத்திக்கி பாருங்கோ. புடவையிலே ஒரு கிளிசல் இருந்தது, தைச்சுட்டிருந்தேன். அடுத்த வீட்டிலே காமாச்சி எனும் ஒருத்தி இருக்கா. அங்குவந்து பேசிட்டிருந்தவ, 'இம்மாஞ் சுருக்கத் தைச்சிட்டியே'ன்னு சொன்னாம்மா! அவ்வளவுதான்! ராத்திரியே வலி கண்டுடிச்சும்மா. ரத்தப் படுவன்மாதிரி இருக்கு கையைத் தூக்க முடியலை இறக்க முடியலை. இதுக்கு என்னா சொல்றீங்க?" என்று கட்டுக்கட்டியிருந்த கட்டைவிரலைக் காட்டினாள் துளசி. எனக்கே இப்படி இருக்கு! உங்களுக்கு கேக்கணும்மாமா!"

"எனக்கு ஒரு திருஷ்டியும் விழாதுடீ! விழுந்தால் இத்தனை நாளாக விழுந்திருக்கக்கூடாதாக்கும்!"

"அதெப்படி யம்மா சொல்றது? இந்த முதலியாரே ஒரு திருட்டி தான்னு வச்சிக்கிங்க நீங்க! அதிர்ட்டத்துக்கு திருட்டி அது! கும்பலும் கோயிலும் உடம்புக்குத் திருஷ்டி!"

"கோயில் எதுக்கடி கட்டிவைத்திருக்கிறது? வௌவாலுக்கும் நெறிஞ்சி முள்ளுக்குமா? அதிருக்கட்டும், கோயிலே அழகாகத் தானே இருக்கிறது. அது ஏன் திருஷ்டிபட்டு இடிந்துவிழவில்லை?" என்று சிரித்தாள் அமிர்தம்.

துளசியும் காவிப் பல்லைக் காட்டிக்கொண்டு சிரித்தாள்.

"நீங்க என்னாம்மா, கோணக் கட்சியெல்லாம் பேசுறீங்க. இதுதான் பச்சைப் பிள்ளைப் பேச்சுங்கிறது!"

"சரி, சொல்லு கோயில் ஏன் இடிந்து விழவில்லை!"

"ஏம்மா! சாமி இருக்கிற இடத்தைத் திருட்டியும் கண்ணும் என்னாம்மா செய்யமுடியும்?"

"ஒன்றும் செய்ய முடியாதோல்லியோ? அந்தச் சாமி கோயிலுக்குப் போகிறவர்களையும் திருஷ்டியிலேருந்து காப்பாற்றிவிடும்!"

"உங்களோடு எனக்குப் பேசறதுக்கில்லீங்கம்மா?" என்று அரை மனதுடன் துளசி தன் வாதத்தை நிறுத்திக் கொண்டு விட்டாள்.

அன்றும் அவள் கோயிலுக்குப் போனது, அவன் அவ்வேளை வருவான் என்ற நம்பிக்கையால் அல்ல. ஒருசந்தேகம் அரித்துக் கொண்டிருந்தது. அயலூர்வாசியாக ஒருவேளை இருக்கலாம். வந்த இடத்தில் ஸ்வாமி தரிசனத்திற்காக வந்திருப்பான். மறுநாள் காலையில் சொந்த ஊருக்குத் திரும்பிப் போயிருந்தால்? எதற்கும் போவோமே, அவன் வராவிட்டால் அந்த இடத்தில் நின்று நடந்ததையாவது நினைத்துப் பார்க்கலாமே என்றுதான் புறப்பட்டாள். மனிதனுக்கு ஆனந்தத்தை நேரடியாக அனுபவிப்பதைவிட முன்னம் அனுபவித்ததை மீண்டும் நினைத்துப் பார்ப்பது இன்னும் ருசிகரமாக இருக்கிறது.

கோயிலுக்குள் நுழைந்தபோது, சந்தேகம் ஊர்ஜிதமாகிவிட்டது. அவன் வரவில்லை. நிலைக்கண்ணாடி மூடியிருந்தது. எல்லாம் சொல்ல முடியாத வேதனையைத் தந்தது. விருவிருவென்று தரிசனத்தை முடித்துக்கொண்டு பிராகாரத்திற்குப் போய்த் துளைத்துத் துளைத்துப் பார்த்தாள். தெய்வங்கள் மங்கி மண்டிக் கிடந்தன – தெய்வமில்லை – மனிதர்கள் இருந்தார்கள் – மனிதன் இல்லை.

பிராகாரத்தைச் சுற்றி வரும்போது 'இதென்ன பேதைத்தனம்!' என்று தோன்றிற்று அவளுக்கு. ரயிலில் புது ஸ்நேகத்தைச் சம்பாதித்துக் கொள்கிறோம். நாள் முழுவதும் சேர்ந்து பிரயாணம் செய்கிறோம். வார்த்தைகள், தின்பண்டம், எல்லாம் பரிமாறிக்கொள்கிறோம். படுத்துக்கொள்ள இடம் தந்துவிட்டு நாம் மூலையில் ஒண்டிக்கொள்கிறோம். இப்படி நிமிஷத்திற்கு நிமிஷம்வளர்ந்த நட்பு, திடீரென்று ஒரு ஸ்டேஷனில் இறங்கிப் போய்விடுகிறது. பிறகு நம் ஆயுள் முழுவதும் பார்க்க முடியாமலேயே போய்விடுகிறது. மீண்டும் பார்க்க ஆசைப்படுவதுமில்லை நாம். 'யாரோ, அயலூர் வாசி, தரிசனத்திற்கு வந்து, அருவிநீர்மாதிரி திரும்பிவராமலேயே போய்விட்ட உருவத்தை நினைத்து ஏங்கிக் கொண்டிருப்பதில் என்ன லாபம்? பரிகாசத்திற் கிடமான முயற்சி இது!' என்று அவளுக்குப் பட்டது.

அர்த்தமில்லாத மனக்கிளர்ச்சியை நினைக்க நினைக்க அவளுக்கு வியப்பாக இருந்தது. நிம்மதியுடன் அந்த உருவத்தை மறந்து விட்டு வெளியே வந்தாள். சம்பிரதாயமாகப் பக்தர்களை வாயில்வரை கொண்டுவிடும் சிவகணத்திடம் விடை பெறுவதற் காகத் திண்ணையில் சாய்ந்து நின்றாள்.

திடீரென்று யாரோ ஒருவர் கோயிலுக்குள் போனார். அவன் தான் – கதர்ப் பட்டு ஜிப்பாவும் கண்ணாடியுமாகக் காற்றுப்போல் அவளைக் கடந்து உள்ளே போய்கொண்டிருந்தான். அவன் தானா? அவனே தான்!

அவளுக்கு உள்ளத்தில் பெருக்கெடுத்தது. கனமாகி விட்டது. 'உள்ளே போகலாமா? சற்றுமுன் வரக்கூடாதா அவன்? ஏன், நாம்தான் சற்றுக் கழித்து வந்திருக்கக் கூடாதா?' என்று நினைத்தாள். ஊரின் கண் பாழும் கிணறு அல்ல. அது ஆவல் ஊற்று நிறைந்தது. இங்கேயே நிற்கலாமா? அப்பொழுது மட்டும் கண்கள் ஏன் என்று கேட்காமலா இருக்கும்? அதுவும் சிவகணங்களிடம் விடை பெற்றுக் கொண்ட பிறகு! அமிர்தம் வேதனையைப் பொறுத்துக்கொண்டு வீட்டுக்கு வந்து விட்டாள்.

அவளுக்குக் கோயில் பைத்தியம் பிடித்ததைத் துளசி விரும்பவில்லை. ஆனால் சின்னம்மாவை இலேசில் கரைத்துவிட முடியாது என்று அவளுக்கு நன்றாகத் தெரியும். எனவே பேசாமல் தானும் பணிந்து விட்டாள். கையெழுத்து மறையும் சமயத்தில், தயாராகக் கிண்ணத்தில் எண்ணெயை ஊற்றித் திரியும் திரித்து வைத்து விடுவாள்.

அமிர்தம் மூன்றாம் நாள் ஆலயத்திற்குச் சென்ற பொழுதும் அவன் வந்திருந்தான். நான்காம் நாளும் அவனைப் பார்க்க முடிந்தது. ஒரு வாரத்தில் அவன் நாள் தவறாமல் வருபவன் என்று புலப்பட்டு விட்டது. நாள் தவறாமல் மட்டும் இல்லை. நேரம் தவறாமலும் வந்து கொண்டிருந்தான். இருள் கவிந்து ஓரிரண்டு நக்ஷத்திரங்கள் முளைக்கும்போது, தவறாமல் வந்து விடுவான். கூட யாரும் வருவதில்லை. எப்பொழுதும் தனிதான். உள்ளே வந்து தரிசனம் செய்துவிட்டுப் பிராகாரத்தில் இரண்டு மூன்று முறை வலம் வந்துவிட்டுப் போய்விடுவான். எவரையும் ஏறிட்டும் பார்ப்பதில்லை. தப்பித்தவறிப் பார்த்தாலும் ஆவலோடோ, அர்த்தத்துடனோ பார்ப்பதில்லை. பார்த்தும் பாராததுபோன்ற கண்கள். கோயிலிலுள்ள எதையாவது சிரத்தை யாகப் பார்த்தான் என்றால், அது அம்மனுடைய அழகிய சிலை யொன்றுதான். வேறு எதன் மீதும் அவனுடைய திருஷ்டி விழவில்லை. இயற்கையாக அமிர்தமும் இதில் சேர்ந்து விட்டாள். சாதகப் பட்சிக்கு ஏங்குவதுதான் தொழில். கம்பீரமாகச்

செல்லும் மேகங்கள் அதைக் கவனிப்பதாகத் தெரியவில்லை. பிச்சைக்காரன் எல்லோரையும் பார்க்கிறான், ஆனால் அவனை யார் பார்க்கிறார்கள்?

'என்னைக்கூடவா அவர் பார்க்காமலிருக்க வேண்டும்?' என்று அமிர்தம் கேட்டுக் கொண்டாள். இவ்வளவு தூரத்திற்கு அவள் மனம் வந்துவிட்டது. வழி ஒன்றுமில்லை – அவனுக்கெதிரில் நின்று பேச வேண்டுமே! தைரியம் முக்கியமான தேவையாகப் போய்விட்டது. ஆனால் அது இருக்கவேண்டுமே! தைரியத்திற்கும் மீனுக்கும் வித்தியாசமே இல்லை – கையில் வந்த பிறகும் அது எப்படியோ நழுவி ஓடிவிடுகிறது. ஊரின் கண்ணைக்கண்டு அஞ்சினாள் அவள். தன்னை யாராவது பார்த்து விடுவார்களோ என்று கூட இல்லை. தன்னோடு பேசும்போது அவனை யாராவது பார்த்து விட்டால்? அவன் யாரோ? மரியாதை நிறைந்த குலத்தினனாக இருந்தால்? ஆனால் அவன் போவதைப் பார்த்தால் அவனுக்குத் தெரிந்தவர்களே இல்லை என்று நிச்சயமாகத் தெரிகிறது... ஆனால் அது எப்படியானும் தெரிந்து விடுமே!

"ஏன்? நான் அவனோடு பேசினால் என்ன? அப்படி என்ன அவனுக்குத் தலை குனிவு ஏற்பட்டு விடப்போகிறது? உண்மையில் நான் ஒரு கணிகையா? எப்பொழுதோ ஒரு நாய்க்குப் பைத்தியம் பிடிக்கிறது. இதனால் மனித வர்க்கத்துக்கே, எந்த நாயைக் கண்டாலும் கல்லை எடுக்கவோ, விரட்டவோ சபலம் ஏற்பட்டுவிடுமோ!"

அடிக்கடி துளசி கேட்டுக்கொண்டிருந்தாள் 'ஏம்மா ஒரு மாதிரியா இருக்கீங்க?' என்று. கூடியமட்டும் ஏதோ சால்ஜாப்பு சொல்லிக்கொண்டிருந்தாள் அமிர்தம். கடைசியில் அலுத்துவிட்டது. கேள்வி அடிக்கடி வந்து கொண்டிருக்கவே, அமிர்தம் பதில் சொல்வதை நிறுத்தி விட்டு, "நீதான் ஒரு மாதிரியாய் இருக்கிறாய். இது என்ன கேள்வி நச்சு நச்சென்று?" என்று அவளுக்கும் வாய்ப்பூட்டுப் போட்டு விட்டாள்.

# அவசரச் செய்தி

மார்கழி மாதம் வந்து போய்விட்டது. அதோடு வந்த நரைப் பனியும், பறங்கிப் பூக்களும் தெருவை விட்டுப் போய்விட்டன. குளிர்கூட முற்றும் போய்விட்டது. பங்களாவின் மொட்டைமாடியில் கோடைப்பந்தலுக்குள் சாய்வு நாற்காலியில் சாய்ந்து படுத்திருந்தார் முதலியார். மாடியைத் தவழ்ந்து வளைந்திருந்த பக்கத்து மாமரத்தின் இலைகள் அவர் மருங்கில் அசைந்து சலசலத்துக் கொண்டிருந்தன. அவருடைய காலடியில் இலைச் சருகுகள் விழுந்து சிதறிக் கிடந்தன. மாலையின் நிசப்தத்தில் காற்று சற்று வேகமாக வீசும்போது, சருகுகள் பரபரவென்று சுழன்று ஒலிக்கும், சுத்தக் காற்றை நுகர வந்திருந்த அவர் மனம் நிம்மதியாக இருந்தது. மனது உலகிலுள்ள அனைத்தையும் வண்ணாத்திப்பூச்சி மாதிரி ஒன்றிலும் லயிக்காமல் மெலெழுந்த வாரியாக நுகர்ந்து நுகர்ந்து தாவிக்கொண்டிருந்தது.

இப்பொழுது அவருடைய கவனம் மாடிக்கட்டையின் ஓரத்தில் விழுந்திருந்தது. புகழுடலை அடைந்துவிட்ட ஒரு கறப்பின் பூத உடலை, சித்திரைத் தேரை இழுக்கிறது போல, ஒரு பெரிய பிள்ளையார் எறும்புக் கூட்டம் அணு அணுவாக நகர்த்த முயன்றுகொண்டிருந்தது. இந்தச் சாகஸத்தை வேடிக்கை பார்த்துக்கொண்டு, தத்துவங்களைப் பிழித்தெடுத்துக்கொண்டிருந்தது அவருடைய மனம்.

இந்த லாபகரமான வேலைக்குத் திடீரென்று ஒரு இடையூறு ஏற்பட்டுவிட்டது. தற்செயலாகத்

தலையைத் தூக்கிக் காம்பவுண்டுக்கு வெளியே தெருப்பக்கம் அவர் பார்த்தபோது, யாரோ பழக்கப்பட்ட ஆள் போவது தெரிந்தது. வாசலில் மீனி – துளசியின் ஸ்தானத்தில் வைத்த குஜலம் வேலைக்காரி – போய்க்கொண்டிருந்தாள். முதலியார் வீட்டுக்கு அன்று குஜலத்தினால் அனுப்பப்பட்டபோது அவள் போட்டிருந்த அதே உடை – அதே புடவை – அதே வெள்ளை ரவிக்கை – முதலியார் சட்டென்று எழுந்து விட்டார். அவள் உள்ளே வந்துவிடப் போகிறாளோ என்ற பயம் பிடித்துக்கொண்டது. ஆனால் அந்தப்பயத்துக்கு மீனி இடம்கொடுக்கவில்லை. அவள் பாட்டுக்குத் தெருவோடுபோய்விட்டாள். தற்செயலாகக்கூடப் பங்களாவின் பக்கமும் திரும்பிப் பார்க்கவில்லை. அவளுக்கு இதுதானா ஞாபக மிருக்கப்போகிறது?

அவர் மட்டும் துன்பத்திற்காளாகிவிட்டார். நேற்றுத்தான் நடந்ததுபோல் பழைய நினைவுகள் வந்து கூடின. அமிர்தத்தின் வீட்டுக்கு எத்தனை நாளாகப் போகவில்லை? மூன்று மாதமிருக்குமா? இருக்கும். பிள்ளை ரங்கூனிலிருந்து வந்ததுமுதல் போகவில்லை. பிறகு கொட்டு மழையில் ஒரு நாள் போய்விட்டு அமிர்தத்தைப் பார்க்காமலேயே திரும்பிவிட்டார். அதற்குப் பிறகு போகவே இல்லை. அவ்வளவாக அவளுடைய நினைவும் இல்லை.

இன்று அமிர்தத்தைப் பார்த்துவிட்டு வரவேண்டுமென்று அவர் மனம் எல்லா ஆக்ஷேபணைகளையும் தட்டி விட்டு ஒரு தீர்மானத்திற்கு வந்துவிட்டது. அவர் கீழே இறங்கிவந்தபோது, பிள்ளை அப்பொழுதுதான் உலாவுவதற்கு வெளியே கிளம்பிக் கொண்டிருந்தான். 'சீக்கிரமாக வந்துவிடு!' என்று வழக்கம்போல அவனிடம் சொல்லி வைத்தார். சரி என்று அவன் கிளம்பிப்போய் விட்டான், வெளியே போக அவரும் தயாராக மல்லை எடுத்துக் கச்சம் கட்டிக்கொண்டிருந்தார். முழுக்கைச் சட்டை, ஜரிகைக் கம்பி அங்கவஸ்திரம் – இவற்றோடு வெளியே வந்து அரைபூட்ஸை மாட்டிக்கொண்டு வாசற்படி இறங்கும்போது, "என்ன?" என்று யாரோ எதிர்ப்பட்டார்கள்.

"யாரது?"

"நான் தான். முத்துகிருஷ்ணையர்."

"அட! எப்ப ஐயா வந்தீர்கள்?" என்று முதலியார் அவரை உள்ளே அழைத்துக்கொண்டு போனார்.

"இப்பொழுதுதான் வருகிறேன்."

"என்ன சமாசாரம்? அவசரமாய் இருக்கிறாப்போலிருக்கே!"

முத்துகிருஷ்ணையர் முகத்தில் கவலையும் பரபரப்பும் நிறைந்திருந்தன. முதலியாருடைய பாப்பாமங்கலம் கிராமத்துக் காரியஸ்தர் அவர்.

"ரொம்ப அவசரம்தான். காலையிலேயே வந்திருக்க வேண்டியது. வண்டி தவறிவிட்டது;" என்றார் அவர்.

"அப்படி என்ன ஐயா தலைபோகிற அவசரம்..!"

"ஊரிலே கொலைக் கேஸு"

"கொலைக் கேஸா, யாரு?"

"நம்ம லட்சுமணன் இருக்கானோல்லியோ, ஏழுமாக் கட்டளையும் பிடாரி கோயில் படுகையும் பயிர்ச் செலவு பண்ணின்டிருக்கானே. அவன் தன் மகனைக் கொன்னுட்டான் நேத்தி சாயங்காலம்."

"என்ன! மகனைக் கொன்னுட்டனா!"

"கொன்னுட்டு ஓடிப் போய்விட்டான். போலீசுக்குத் தகவல் கொடுத்திருக்கு. ஆள் அகப்படவில்லை."

"இது என்ன ஐயா? மகனையாவது, கொல்லவாவது எதுக்காகக் கொன்றான்? விளங்கச் சொல்லும்."

"அவ்வளவுதான் தெரியும்! என்ன காரணம் என்று தெரியவில்லை. வயிற்றில் உதைத்தானாம். உடனே பிராணன் போய்விட்டதாம். லக்ஷ்மணன் பெண்டாட்டியைக் கேட்டது. அவள் ஒன்றுமே தெரியாது என்று அழுகிறாள்."

"அவன் வீட்டிலே தானேய்யா நடந்தது? அவளுக்குக் கூடவா தெரியாமலிருக்கும்?"

"அவன் வீட்டில் நடந்தால் தேவலையே? நம் வீட்டுக் கொல்லையி லல்லவா கொலை விழுந்திருக்கு!"

"நம்ம வீட்டுக் கொல்லையிலா!"

முதலியாருக்குத் தூக்கி வாரிப்போட்டது.

"நம்ம வீட்டுக் கொல்லையில்தான்! மாட்டுக் கொட்டகையில் தீனி வைத்துக் கொண்டிருந்தான் கட்டைப்பயல். நான் வாசலில் ஆள்களுக்கு நெல் அளந்து கொடுத்துக் கொண்டிருந்தேன். லக்ஷ்மணன் வரவில்லை. திடீரென்று கொல்லையிலிருந்து சத்தம் கேட்டது. ஓடிப்போய் பார்த்தோம். கட்டைப்பயல் கீழே விழுந்து துடித்துக் கொண்டிருந்தான். என்னடா என்று நாலைந்து தடவை கேட்டதற்கு அவனால் பதில் சொல்ல முடியவில்லை.

அமிர்தம்

கடைசியில், 'எங்க அப்பாரு! வவுத்திலே உதைச்சிட்டு ஓடிப் போயிட்டாரையா!' என்றான். அவ்வளவுதான்! சற்றுக் கழித்துக் கட்டையோடு கட்டையாய் போட்டுவிட்டது. ஆட்கள் எல்லோரும் ஓடினார்கள் இருட்டில் ஆள் பிடிபடவில்லை. சின்னப்பண்ணை முதலியார் எதுக்கும் நீங்கள் வந்தால் நல்லது என்று உங்களை அழைத்துவரச் சொன்னார். இப்பொழுதே கிளம்பினால்தான் தேவலை."

முதலியாருக்குப் பூச்சி பறந்தது. ஒன்றும் புரியவில்லை. "சரி புறப்படுவோம்!" என்றார். சாப்பாடு கொள்ளவில்லை. உலாவப் போயிருக்கும் பையனுக்காகக் காத்திருந்து பார்த்தார். எட்டு மணியாகியும் அவன் வரவில்லை. வேலைக்காரனிடம், நாலைந்து நாட்கள் ஆகலாம் திரும்பிவர. சின்னையா வந்தால் "ஜாக்கிரதையாக இருக்கச் சொல்லு" என்று சொல்லிவிட்டுக் கிளம்பினார்.

காரில் முத்துகிருஷ்ணையரும் முதலியாரும் ஏறிக் கொண்டார்கள். கார் கிளம்பிற்று.

ராஜவீதி சதுக்கத்தில் கார் திரும்பும்போது, "டிரைவர்! காரை நிறுத்து!" என்று தன்னை யறியாமல் ஒரு சத்தம் போட்டார் முதலியார். கார் நின்றது. தலையை வெளியே நீட்டி, "துளசி ஏ! துளசி! இங்கே வா!" என்று கூப்பிட்டார்.

அமிர்தத்தின் வீட்டுவேலை முடித்துவிட்டுத் துளசி தன் வீட்டுக்குப் போய்க்கொண்டிருந்தாள். சத்தத்தைக் கேட்டதும் காரண்டை ஓடி வந்தாள்.

"துளசீ, இன்னிக்கு வரலாம் என்று இருந்தேன்; ஆனால் அவசரமான காரியமாக வெளியூர் போகிறேன் என்று அம்மா கிட்டச் சொல்லு!"

"அவசரக் காரியமாவா வெளியூர் போறீங்க? இன்னும் நாலைந்து நாளையிலே வருவீங்கன்னு சொல்லிட வேண்டியது தானே! சரி, இப்பவே சொல்லிடறேன்!" என்று துளசி வந்தவழியே திரும்பினாள். கார் கிளம்பிற்று.

டிரைவர், "அது யார்? அம்மா—?" என்று தனக்குள்ளேயே கேட்டுக் கொண்டான். அவன் மூளை இல்லாத யோசனைகளெல் லாம் செய்தது.

முதலியாருக்குக் கார் கிளம்பியதும் என்னமோ வேதனை செய்தது. 'துளசியைப் பார்த்தவுடன் முத்து கிருஷ்ணையர், டிரைவர் இவர்கள் இருக்கும்போது, ஏன் இந்தச் சமாசாரத்தைச்

சொல்ல வேண்டும்?' என்று தன்னுடைய படபடப்பை நொந்து கொண்டார்.

"நம்ம சிநேகிதர் ஒருவர் நிலம் வாங்கணும் என்று வெகுநாளாகச் சொல்லிக் கொண்டிருக்கிறார். இன்னொரு சிநேகிதர் – அவர் இப்பொழுது இல்லை – அவருடைய சம்சாரம் நிலம் விற்கிறாளாம். இன்று வருகிறேன் என்று சொல்லியிருந்தேன். நல்ல வேளையாக அவர்கள் வீட்டு வேலைக்காரியிடமே சொல்லி அனுப்பியாய்விட்டது," என்று தாமாகவே முத்துகிருஷ்ணையரிடம் சொன்னார் முதலியார்.

"உங்களுக்குப் பொழுது விடிந்தால் வேலை சரியாய்த்தான் இருக்கிறது!" என்று சிரித்தார் முத்து ஐயர்.

டிரைவர் சந்தேகமும் தீர்ந்துவிட்டது. முதலியாருக்குப் பாரத்தைக் கீழே இறக்கி வைத்தாற்போலிருந்தது.

# தெய்வ சோதனை

"இன்றைக்குச் சரியாக இரண்டு மாதம் ஆகப் போகிறது கோயிலுக்கு ஒழுங்காக வர ஆரம்பித்து. அவர் திரும்பிப் பார்க்கும் வழியாக இல்லை. பாராமல் கூடப்போகிற அவர் எப்படிப் பேசப்போகிறார்! நாம்தான் பேசவேண்டும்!" என்று அமிர்தம் தீர்மானித்துவிட்டாள்: அன்று மகாப்பிரதோஷம். கணகணவென்று பெரியமணி மூன்றாம் காலத்தின்வேகத்தில் அடிக்கத்தொடங்கியதும், பிராகாரத்திலுள்ளவர்கள் தீபாராதனையைக் காண ஸந்நிதிக்கு, 'சம்போ! சம்போ!' என்று விரைந்தார்கள். அப்பொழுதுதான் அவன் கோயிலுக்கு வந்தான். அந்தக் கூட்டத்தைக் கண்டதும், தூர நின்றே தரிசனத்தை முடித்துக்கொண்டு நிர்ஜனமாக வெறிச்சோடிக் கிடந்த பிராகாரத்திற்கு வந்தான். சண்டிகேசர்முன் நின்று கை தட்டிவிட்டுத் திரும்பினான். அப்பொழுதுதான் அமிர்தம் அவனை அழைத்தாள். பின் பேச்சுத் தொடர்ந்தது. அவனை அவள் வீட்டுக்கு அழைத்துப் போனது எல்லாம் ஆரம்பத்தில் நடந்த கதை.

வீட்டுக்குப் போனபோது துளசி சற்றுக் கழித்து வந்து, அமிர்தத்தைத் தனியாக அழைத்து 'முதலியாரு ஏதோ வேலையா கிராமத்துக்குப் போறாங்களாம். வர நாலஞ்சு நாளாகுமாம்' என்ற செய்தியைத் தெரிவித்து விட்டுப் போனாள்.

எட்டரை மணி அடித்தது. 'சரி, நாளைக்கு வருகிறேன், என விடை பெற்றுக்கொண்டு போய் விட்டான் அவன். முன்பின் தெரியாத ஊரில்

தவறி விடப்பட்ட குழந்தை மாதிரி அவளுக்கு அந்தத் தனிமை நெஞ்சையடைத்தது. 'அவருடைய பெயர், விலாசம் அதைக் கூடக் கேட்டுக் கொள்ளவில்லையே! ஆனால் நாளைக்கு அவசியம் வருவதாகச் சொல்லியிருக்கிறாரே, பார்ப்போம்!' என்று தேற்றிக்கொள்ள முயன்றாள். இருந்தாலும், வாழ்க்கையில் திடீரென்று அவள் உணர்ந்த தனிமை ஒரு சுமை மாதிரி நெஞ்சை அழுத்திற்று.

அவன் மறுநாள் வரவில்லை. இரவு ஒன்பது மணி அடித்தது. அவன் வராததால், பத்துப் பதினைந்து மைல் நடந்துவிட்டு வந்த மாதிரி அவள் சோர்ந்துவிட்டாள்.

"நான் வீட்டுக்குப் போகட்டுமாம்மா?" என்று அப்பொழுது கேட்டாள் துளசி.

"இரேன் போகலாம்; நீ கூடவா இப்படி இருக்க வேண்டும்? வரேன் என்று சொன்னவர்கள் ஏமாற்றுகிறார் என்றால், நீயும் ஏன் தனியாக விட்டுப் போகிறாய்?"

"அவங்க வரேன்னு சொன்னாங்களா?"

"ஆமாம்! சொன்னார்! இன்னும் வந்துகொண்டிருக்கிறார், பாரு!"

"வந்துவிடுவாங்கம்மா, ரொம்ப வெட்கம் ஜாஸ்தி போலிருக்கு! பேசறதுகூட, கிணத்திற்குள்ளிருந்து பேசறாப்போலிருக்கு! எங்கியோ பார்த்தாப்போல இருந்திச்சு! ஆனால் வெளியே சொல்லவரலை. நெஞ்சுக் குள்ளே அரிச்சுக்கிட்டே இருக்கு. அதான் ரெண்டு மூணு தரம் கேட்டேன். ஆனா அவுங்ககோவிச்சுக்கிலை, பாத்தீங்களா? சாதும்மா ரொம்ப! நீங்க கலியாணம் பண்ணிக்கிட்டா பழம் நளுவி பாலில் விழுந்தாப் போலத்தான்!

மூன்றாம் நாள்தான் அவன் வந்தான். இருட்டி வெகு நேரமாய்விட்டது.

"ஏன் நேற்று வரவில்லை?" என்று தீனமாகக் கேட்டாள் அமிர்தம். அவன் ஏதோ காரணம் சொன்னான். 'நான் அப்பொழுதே நினைத்தேன்! முந்தாநாள் நீங்கள் வாசல்படி வந்ததும் தயங்கினபோதே!... மறுபடியும் சொல்கிறேன். இந்த வீடு சொத்து எல்லாம், அம்மா பண்ணின பாவத்தின் பலன்தான்! நானும்கூட! அம்மா வயிற்றில் நான்தானா பிறக்கவேண்டும்? ஏதாவது வேறு தெருவில் பிறந்திருக்கலாம்! இங்கே பிறந்துவிட்டுக் குடும்ப வாழ்க்கைக்கு ஆசைப்படுகிறேன் என்றால், யார் நம்புவார்கள்?" என்று குனிந்துகொண்டே சொன்னாள்.

அவன் ஒன்றும் சொல்லவில்லை. அவனுடைய காலடியில் உட்கார்ந்திருந்த அவள் மேலும் சொன்னாள்:

"அம்மாவுக்கு என்னைக்கண்டால் ஆத்திரம் ஆத்திரமாக வந்தது. முக்கால் லக்ஷம் வாங்கிக்கொண்டு அரங்கிற்கு நாளெல்லாம் பார்த்தாள். நான் சள்ளுபுள்ளென்று விழுந்தேன். வேலைக்காரி எனக்குப் பரிந்துபேசினாள். அவளையும் அடித்து விரட்டிவிட்டு, திடீரென்று அவருக்குச் சொல்லி அனுப்பி விட்டாள். அவர் அன்று வந்தவர்தான். ஆறேழு மாதமாய்விட்டது. நான் அவரை அணுகவிடவில்லை. என்றைக்காவது நம் எண்ணம் பலிக்காதா என்று நான் மனப்பால் குடித்துக்கொண்டிருந்தேன். இரண்டு மாசமாக உங்களைப் பார்க்கிறேன்! நீங்கள் பாட்டுக்குப் போய்க்கொண்டிருந்தீர்கள். முந்தாநாள் பேசினபோது கூட என்ன சொல்வீர்களோ என்று நடுங்கிற்று."

"நானும்தான் பார்த்தேன். ஆனால் நல்ல வஸ்துக்கள் எல்லாம் எனக்குக் கிட்டாது என்று தெரியும். அதனால் நான் ஆசைப்படவில்லை. நான் அதிர்ஷ்டக் கட்டை. இல்லாவிட்டால் இரண்டு மூன்று வயதிலேயே, ஏன் என் தாய் இறந்து போக வேண்டும்?" என்று சுவரைப் பார்த்துக்கொண்டு அவன் சொன்னான்.

"அம்மா இல்லையா உங்களுக்கு?"

"எனக்கு ஞாபகமே இல்லை" என்றான். அமிர்தம் லேசாகச் சிரித்துக்கொண்டே 'அப்படியானால் அம்மா செய்யவேண்டியதை எல்லாம் நான் செய்கிறேன். எங்கம்மா எனக்குச் செய்தது மாதிரியே செய்கிறேன். புருஷர்கள் தாயை இழப்பதே இல்லை. தாய் சென்றம் அந்தப் பதவியை மனைவி ஏற்றுக்கொண்டு விடுகிறாள். நீங்கள் தான் குலம், கௌரவம் என்று..."

"அதெல்லாம் பார்க்கிறவனாக இருந்தால் இங்கு இத்தனை நேரம் உட்காரமாட்டேன். நீயும் அவரிடம் உன் அம்மா வாங்கிய செல்வத்தைத் திருப்பிக் கொடுத்துவிட்டு அனுமதி கேட்டுக்கொண்டுவிடு!" என்று அவன் ஆர்வத்துடன் சொன்னான்.

ரேழியில் செருப்புச் சப்தம் கேட்டது. திடுக்கிட்டுப் போனார்கள். ஆனால் இருவரும் எழுந்திருக்கவில்லை. வந்தவர் – முதலியார் – அப்படியே இடிந்துபோய் நின்றுவிட்டார்!

"நீயா!" என்றார் சபேச முதலியார்.

அவரைப் பார்த்ததும் தூக்கி வாரிப்போட்டது அவனுக்கு. பேசாமல் தலையைக் குனிந்துகொண்டு நின்றான். அமிர்தம்

ஒன்றும் விளங்காமல் திகிலடைந்து முதலியாரையும் நடேசனையும் மாறிமாறிப் பார்த்தாள். உடலே தகர்ந்து விழுவதுபோல் ஒரு பெருமூச்சு விட்டுவிட்டு அவர் வெளியே நகர்ந்துவிட்டார்.

"இவரைத் தெரியுமா உங்களுக்கு?" என்று அவனைப் பார்த்துக் கேட்டாள் அவள்.

"இவர்தான் என் தந்தை," என்று பயங் கலந்த ஆச்சரியத்துடன் சொன்னான் அவன்.

"உங்கள் தந்தையா! இத்தனை நாளாக அவருக்குப் பிள்ளை இருப்பதாகவே சொல்லவில்லையே!"

"அவரைத் தெரியுமா உங்களுக்கு?"

"அவர்தான் – அவர்–"

"யார்?"

"முக்கால் லக்ஷத்திற்கு அம்மாவிடமிருந்து என்னைப் பெற்றுக்கொண்டு அணுக முடியாமல் நிற்பவர்."

"என்ன!" என்று நாற்காலியிலிருந்து முள் குத்தினாற்போல் எழுந்துவிட்டான் அவன். இருவருக்கும் வாயடைத்துப் போயிற்று.

சற்று நேரம் கழித்து அவன், "சரி, வருகிறேன்!" என்று எழுந்தான். அமிர்தத்தின் முகம் இருண்டு விட்டது.

"இனி என்ன செய்யறது மேலே?" என்று கவலையுடன் கேட்டாள்.

"அமிர்தம்! அமிர்தம்!" என்று வாசலிலே குரல் கேட்டது. அவள் ரேழிக்குப் போவதற்குள் ராஜுப்பிள்ளை, "என்ன அமிர்தம் சௌக்கியம்தானா?" என்று உள்ளே வந்தார். உடம்பின்மீது ஈரத்துண்டு, நெற்றியில் விபூதி, கையில் விசிறி.

"வாங்க மாமா!" என்று அவரை உள்ளே அழைத்து வந்தாள் அமிர்தம்.

வேற்று ஆளைக் கண்டதும் ராஜுப் பிள்ளைக்கும் நடேசனுக்கும் என்னவோ போலிருந்தது. கச்சேரிகளில் அடிக்கடி நடேசன் அவரைப் பார்த்திருக்கிறான்.

"நான் வருகிறேன்!" என்று இருவரிடமும் சொல்லிக் கொண்டு வெளியேறினான் நடேசன்.

"மாமா! புதிதாக ஒரு வேதனை முளைத்திருக்கிறது" என்று அமிர்தம் ஆரம்பித்தாள்.

“எப்பொழுது வந்தாலும் சந்தோஷமா யிருப்பதாகக் காணோம்!”

“சந்தோஷமாக இருந்தால் விதிக்குப் பிடிக்கமாட்டேன் என்கிறது ! இங்கிருந்து போனாரே, பார்த்தீர்களா ?”

“ஆமாம், யார் அது ?”

“இரண்டு மாதமாகத்தான் அவரைப் பார்க்கிறேன். இருபது வருஷம் பரிசயமானாற் போலிருக்கிறது. என் லக்ஷ்யத்திற்கு அவரைத்தான் ஆதாரமாக வைத்துக் கொண்டேன். அவர் சூசனையாகச் சொன்னார் கலியாணம் செய்துகொள்ளலாம் என்று. முதலியாரிடம் – அவருடைய பணத்தை – அதை நினைத்தாலே வேதனையாக இருக்கிறது ! – அம்மா அதற்காகத் தான் வாயில் வந்தபடி யெல்லாம் உங்களைத் திட்டி அனுப்பினாள் ?”

“சரி, மேலே சொல்லம்மா !”

“திருப்பிக் கொடுத்துவிட்டு – அவருடைய அனுமதியைக் கேட்டுக்கொள்ளலாம் என்று பேசிக்கொண்டே இருந்தோம். திடீரென்று வாசற்படியில் முதலியார் வந்து நின்றார். அவர் ஆச்சரியத்துடன் இவரைப் பார்த்து, நீயா !” என்று பிரமித்துக் கேட்டார். கேட்டுவிட்டு உடனே திரும்பிவிட்டார். அவருடைய முகம் விழுந்துவிட்டது. இப்பொழுது போனவர் அவருடைய பிள்ளையாம் !”

“பிள்ளையா ?”

“ஆமாம்.”

“நான் பார்த்ததே இல்லையே! அதுவும் அவர் வீட்டிற்கு இரண்டு தரம் போயிருக்கிறேன். ஒரு சமயம் அவர் இந்த ஊரில் இல்லையோ என்னமோ ?”

“எப்படிப் போனாலும் தெய்வம் குறுக்கே வந்து மறிக்கிறதே, மாமா !”

ராஜுப்பிள்ளை யோசனையில் ஆழ்ந்துவிட்டார். கொஞ்சம் கழித்து, “பையன் என்ன சொன்னான் ?” என்று கேட்டார்.

“அவர் ஒன்றும் சொல்லவில்லை. ஒன்றும் சொல்லாமல்தான் போகிறாரே !”

ராஜுப்பிள்ளைக்கும் என்ன செய்வது என்று புலப்பட வில்லை.

"அமிர்தம், இரண்டு நாள் பொறு. முதலியார் எப்பேர்ப் பட்டவர் என்று இப்பொழுதுதான் தெரிய வேண்டும்! அவர் பிள்ளையின் குணமும் இப்பொழுது தான் தெரியும்! இந்த மாதிரியான சந்தர்ப்பங்களில்தான் மனிதனுடைய உண்மை ஸ்வரூபம் வெளிப்படும். கொஞ்சம் பொறுத்துப் பார்க்கவேண்டும். இது என்னமோ புதிராக இருக்கிறது. இப்பொழுது ஒன்றும் யோசனை சொல்லத் தெரியவில்லை எனக்கும். ராத்திரி யோசித்துச் சொல்கிறேன். அமிர்தம், நீ பயப்படாதே, உன் குணத்திற்கு ஆண்டவன் உன்னைக் காப்பாற்றுவான்!"

"இப்படி ஏன், மாமா, சோதிக்கிறது தெய்வம்?" என்று அழாத குறையாகக் கேட்டாள் அமிர்தம்.

"இருக்கட்டும்! இருக்கட்டும்!" என்று புன்னகை பூத்தார் ராஜுப்பிள்ளை. அவர் மனமும் குழம்பத் தொடங்கிவிட்டது.

# புதிய நண்பர்

ஓடிக்கொண்டே வரும்போது திடுதிப்பென்று ஒரு மேடு தாண்டி விட்டால், பிரவாகம் வழி தெரியாமல் திணறுகிறது; பின்னுக்கும் முன்னுக்கும் ஊசலாடுகிறது; பொறுமை யிழந்து அங்குமிங்கும் சுற்றுகிறது. என்ன யோஜிப்பது என்று தெரியாமல், நடந்த நிகழ்ச்சிகளை மட்டும் மாற்றி மாற்றி நினைத்துக்கொண்டிருந்த நடேசன் மனமும் அப்படித்தானிருந்தது. பொருமிய வண்ணம் அந்தக் கும்பிருட்டில் குறிப்பற்று நடந்து கொண்டிருந்தான் அவன். 'இந்தச் சுயம்வரத்திற்கு அப்பா ஒரு முக்யப் போட்டி என்று யார் எதிர்பார்த்தார்கள்?'

வேதனை பொறுக்க மாட்டாமல் அவன் அடிக்கடி "அம்மா" என்று சற்று இரைந்தே முனகி னான். அந்த முனகலைக் கேட்டு, எதிரே போன ஒருவன் சந்தேகத்துடன் சற்று நின்று அவனைப் பார்த்துவிட்டுப் போனதுகூட அவனுக்குத் தெரிய வில்லை.

நடந்துகொண்டே இருந்தவன் சட்டென்று நின்றுவிட்டான். "இது வீட்டுக்குப் போகும் வழியல்லவா? அங்குப் போயும் என்ன செய்கிறது? எதற்காகப் போக வேண்டும்?" கேள்விகள் இப்படி வளர்ந்தன. மீண்டும் திரும்பி வந்தான். ஆனால் அவனுடைய வீட்டுக்குப் போகும் முச்சந்தியின் வலது வளைவில் திரும்பாமல் நேராக நடந்து கூப்பிடுதூரத்தில் உள்ள 'ராஜன் பார்க்'கில் நுழைந்தான். முன்னடியிலிருந்த வேப்பமரத்தடி சிமிண்டு சோபா காலியாக இருந்தது அவனுக்காக

அது ஒழிந்துவிடப்பட்டது போல. அவன் உடல் அதில் போய் விழுந்தது. புல்பரப்பு ஜில்லிட்டுவிட்டதால் காலைத் தூக்கி வைத்துக்கொண்டான். அப்பொழுது, 'பார்க்'கும் உறங்க ஆரம்பித்திருந்தது. புதுப்பிரவாகம் மாதிரி 'கக்கலும் கரைசலும்' ஆகக் கொட்டிவிட்டு வானொலியின் கம்பம் ஓய்ந்த சமயம் ஜன நடமாட்டம் அடங்கிவிட்டது. அவ்வளவு கத்தலைக் கத்திவிட்டுச் சோர்வு தாங்காமல் 'பார்க்கே' படுக்கை போட்டுவிட்டது போலிருந்தது. வெயிலைப் பறிகொடுத்துவிட்டுத் துவண்டு உறங்கும் தூங்கு மூஞ்சிக் கிளையில் சுவர்க்கோழி தன் கல்பனை யில்லாத பாட்டை ஒத்துக்காரன் மாதிரி நீளமாகப் பாடி அழுது கொண்டிருந்தது. அவன் அண்ணாந்து படுத்திருந்தான். அவன் வேண்டிய தனிமை கிடைத்துவிட்டது அந்த இருளிலும் சுவர்க்கோழியின் பாட்டிலும், ஆனால் ஏதோ பெரிய ரணசிகிச்சை செய்துகொள்வதுபோல, ஹிருதயத்தில் விழுந்திருந்த சுமையைத் தாளாமல் அவன் அடிக்கடி பல்லைக் கடித்துக்கொண்டு முனகினான். அரைமணி ஆகியிருக்கும்.

"என்னப்பா செய்கிறது உடம்பை?" என்று திடீரென்று ஒரு குரல்கேட்டது. அவன் தூக்கி வாரிப்போட்டு எழுந்து உட்கார்ந்தான். "உன் உடம்புக் கென்ன? முனகுகிறாயே?" என்று கேட்டது வந்த உருவம்.

"நான் முனகினேனா?"

"இப்பொழுது கூட முனகினாயே! அரைமணியாக நான் பார்க்கிறேன் நீ வந்து உட்கார்ந்தது முதல். ஒரு நிலையில் நில்லாமல் புரண்டு புரண்டு முனகுகிறாய்! என்ன உடம்புக்கு —?" என்று கேட்டுக்கொண்டே அவனுடைய பக்கத்தில் அவர் உட்கார்ந்துகொண்டார்.

"ஒன்றுமில்லை. இலேசாகத் தலைவலி. நீங்கள் யார் தெரிய வில்லையே?" என்று அவரை மேலும் கீழுமாகப் பார்த்தான் நடேசன். முன்னிருட்டில் தெளிவாகத் தெரியவில்லை. கருட மூக்கு, உயர்ந்த உருவம், முழங்கால் வரையில் தொங்கும் நீளமானசட்டை, மூலக்கச்சம், கைத்தடி — எல்லாம் உத்தியோகஸ்தர் என்று தெரிவித்தது.

"நான் இந்த ஊர் காலேஜில் சரித்திர ஆசிரியராக இருந்தேன். ரிடயராகி இரண்டு வருஷமாய் விட்டது. எனக்குப் பாலக்காட்டுப் பக்கம். நான் இங்கேயே வீடு கீடெல்லாம் வாங்கிக்கொண்டு தங்கிவிட்டேன். பிள்ளைகள் எல்லாம் வேலையிலிருக்கிறார்கள். மூத்தவன் ரங்கூனிலிருக்கிறான்."

"ரங்கூனிலா?"

"ஆமாம், நல்ல சம்பளமாக வந்தது. போய்விட்டான்!"

"நானும் அங்குத்தானே வாசித்தேன்!"

"ரங்கூனிலா!"

"ஆமாம், மூன்று வயசிலிருந்து அங்குத்தான்."

"அப்படியானால் இந்த ஊர் இல்லையா உனக்கு?"

"இந்த ஊர்தான். மூன்றுவயசிலிருந்து அங்கே தானிருக்கிறேன். சித்தப்பா அங்கு மரவியாபாரம் செய்கிறார். அவரிடமே இருந்து வாசித்து வந்தேன்."

"தகப்பனார்?"

"தகப்பனார் இங்கேதானிருக்கிறார். அம்மா மூன்று வயசிலேயே இறந்துவிட்டாளாம். அப்பொழுதே சித்தப்பா என்னை ரங்கூனுக்கு அழைத்துப் போய்விட்டார்."

"தகப்பனாருக்கு என்ன வேலை?"

"மிராசுதார்."

"பெயரைக் கேட்கலாமா?"

"சபேச முதலியார்."

"சபேச முதலியாரா? எக்ஸ்டென்ஷன் இரண்டாவது பங்களாவில் இருக்கிறாரே!"

"ஆமாம்."

"உங்கப்பா என்னுடைய மாணவனாயிற்றே! இருபத்தைந்து வருஷம் முன்னாடி அது! உன் தாத்தா இறந்து போனதும், குடும்பத்தைக் கவனிக்க வேண்டியிருந்ததென்று இண்டர்மீடியட் டோடு படிப்பை நிறுத்திவிட்டார்."

"ஆம்!"

"பாவம்! ரொம்ப அதிர்ஷ்டமில்லாதவர்! அப்புறம் கலியாணம் செய்துகொள்ள வில்லையே?"

"இல்லை."

"சாப்பாடெல்லாம்?"

"சமையற்காரன் தான்."

"என்ன வாழ்க்கை! தனியாக ஒரு மனிதன் எப்படித்தான் இருக்கமுடியும்? – நாள் ஆக ஆக, சரியாகிவிடுமோ என்னமோ...

தி. ஜானகிராமன்

எப்பொழுதேனும் ஒரு தடவை, 'என்ன சௌக்கியமா?' என்று கேட்டுவிட்டுப் போய்விடுவோம். நகர வாசம் என்றால் அப்படித்தான். ரொம்ப விசாரித்தார் ராமையர் என்று சொல்லு அப்பாவிடம். இன்னும் எத்தனை நாள் இருப்பாய் நீ?"

"இங்கேயே இருந்துவிடலாம் என்று வந்தேன். சட்டப் பரீக்ஷை தேறிப் பட்டம் வாங்கியாகி விட்டது."

"ஆமாம். அப்பாவும் தனியாக இருக்கிறார். உனக்கு ஒரு குடும்பமென்று ஏற்பட்டுவிட்டால், அவருக்கும் ஆதரவாக இருக்கும்."

எங்கெங்கோ போகும் பேச்சு திரும்பித் திரும்பி அப்பாவிடமே வந்து முடிந்தது. இதைக் கேட்டதும் வாயைத் திறந்து ஒரு பெருமூச்சு விட்டான் நடேசன். வேதனை நிறைந்த அந்தச் சுவாசத்தைக் கவனித்தார் அவர். அவனையும் கூர்ந்து அந்த இருட்டில் கவனித்தார்.

"ஏன் பெருமூச்சு விடுகிறாய்? சாதாராணத் தலை வலியாகத் தோன்றவில்லையே! மனவலி ஏதாவது இருக்கும் என்று நினைக்கிறேன். அனாவசியமாகத் தலையிடுகிறேன் என்று நீ நினைத்துக்கொள்ளலாம். இளைஞனுக்கு எவ்வளவோ வேதனைகள் உண்டு. அந்த அனுதாபத்தினால்தான் சொல்கிறேன். உன் வேதனையை ஆற்ற நான் ஏதாவது உதவி செய்யக்கூடும்! இத்தனை வயது, இத்தனை உலகம் பார்த்ததற்கு ஏதாவது யோஜனையாவது சொல்ல முடியும். எனக்குச் சொல்லக் கூடியதாக இருந்தால் சொல்லு?" என்று அவனைக் கேட்டார் அவர். ஹிருதயத்திலிருந்து வரும் அந்தக் குரலின் பரிவைக் கண்டதும், அன்னை இல்லாத குறையே நீங்கிவிட்டாற் போல் இருந்தது அவனுக்கு. பெரிய சுழலில் சிக்கிச் சுழன்று, ஆறுதலுக்கும் நட்புக்கும் ஏங்கி நிற்கும் அவனுக்கு அவர் பெரிய ஆதரவாக இருப்பார் என்று தோன்றிற்று. ஏழு வார்த்தைகளில் எழுபது வருட நட்பு ஏற்பட்டதில்லையா என்ன?

அவன் மெதுவான குரலில் சொன்னான். பார்க்கப் போனால் சொல்லக் கூடாதுதான். ஆனால் உங்களிடம் சொல்லுசொல்லு என்கிறது என்மனம். சொல்லுகிறேன்!" என்று சுற்றிலும் ஒரு முறை பார்த்துவிட்டுக் குரலைத் தாழ்த்திக்கொண்டு சொன்னான். "வந்து இரண்டு மாசமாயிற்று. கலியாணம் செய்துகொள்வதாக நானும் அவளும் – சுருக்கமாகச் சொல்லுகிறேன் – கலியாணம் செய்துகொள்வதாக ஏற்பாடு செய்துகொண்டோம். அவள் ஒரு 'கணிகை, அந்தக் குலப் பிரவாகத்தில் அடித்துப்போகப்படாமல் ஒதுங்கி இருப்பவள். ஆனால் அவளுடைய தாயார் முக்கால்

லக்ஷத்தை வாங்கிக்கொண்டு ஒருவரை ஏற்பாடு செய்துவிட்டாள். குலதர்மம் ஓங்குவதில் மிகவும் அக்கறை போலிருக்கிறது அவளுக்கு. ஆனால் பெண், நல்ல காலத்தை எதிர்பார்த்து, அந்தப்பெரிய மனுஷ்யரை நெருங்கவிடாமல், இத்தனை நாளாகச் சமாளித்து வந்திருக்கிறாள். அவரிடம் ஒரு வார்த்தை சொல்லி அனுமதி வாங்கிக்கொண்டுவிடலாம் என்று நான் சொன்னேன். நாங்கள் பேசிக்கொண்டேயிருக்கும்போது அந்தப் பெரிய மனுஷ்யரே வந்துவிட்டார்; அவரைப் பார்த்ததும் எனக்குத் தூக்கிவாரிப்போட்டது. அந்தப் பெரிய மனுஷ்யர் – என் தகப்பனார்தான். என்னைப் பார்த்ததும், "நீயா?" என்றார். அவ்வளவுதான், உடனே திரும்பி வாசலுக்குப் போய்விட்டார். எனக்கு இந்த அனுபவத்தின் கசப்பு சகிக்க முடியவில்லை. சற்றுக் கழித்து எழுந்து வந்துவிட்டேன். நேராக அங்கிருந்து வந்து, இங்கு உட்கார்ந்திருக்கிறேன். திகைப்பூண்டு மிதித்தவன் மாதிரி இருக்கிறது! ஒன்றும் தோன்றவில்லை!" என்று ஓய்ந்தான் அவன்.

அவர் இதை நம்புவதற்குச் சற்று நேரம் பிடித்தது.

"மறுபடியும் ரங்கூனுக்குப் போய்விட்டால் தேவலை என்று தோன்றுகிறது!" என்றான் அவன்.

"இம்–" என்றார் அவர். அவன் சொன்னதில் அவருக்குக் கவனம் செல்லவில்லை. அவன் சொன்னதை மீண்டும் ஒரு முறை நினைத்துப் பார்த்துவிட்டு, "ஆ! கதைபோல இருக்கிறதே!" என்றார்.

"கதைதான்! – நடக்கிறதைத்தானே கதையாய் எழுதுகிறார்கள்!" என்றான் அவன்.

மறுபடியும் சற்றுப் பேசாமல் இருந்துவிட்டு "ரங்கூனுக்குப் போகலாம் என்று சொல்கிறாயே! அது எப்படி சிக்கலைத் தீர்க்கும்?" என்று கேட்டார்.

"இங்கு வந்து படுத்தவுடன் நினைத்தேன். அப்பாவோ இத்தனை நாளாக ஒன்றியாக இருந்து வாழ்க்கையில் அயர்ந்துபோனவர். இந்தப் பெண்ணை அவரே கலியாணம் செய்துகொண்டுவிடலாம். நான் போய் இந்த யோசனையை அவளிடம் வெளியிடலாமென்றும் எண்ணினேன். ஆனால் இதைவிட ரஸாபாஸம் எப்படி இருக்கமுடியும்? அந்த எண்ணமே அருவருப்பாக இருந்தது. நானே போய் எப்படிச் சொல்வது? ரங்கூன் பிரயாணத்தைத் தவிர வேறு ஒன்றும் சரியாகப்படவில்லை எனக்கு."

தி. ஜானகிராமன்

“இந்த வேதாந்தம் வெகு பழசு, தப்பி ஓடுவது ஹிமாலய ரிஷி செய்கிற வேலையல்லவா? தப்பி ஓடிவிட்டால் முடிச்சு அவிழ்ந்துவிடுமா என்ன? உன் தகப்பனாரைச் சந்தேகம் அரிக்கும். அதுபோகிறது என்றால், அந்தப் பெண்ணின் ஆசை மண்ணையா தின்னும்? யார் எப்படிப்போனால் என்னஎன்று எல்லாவற்றையும் மறக்க உனக்கு உரிமை கிடையாதே! நமக்குள்ளேயே ஒரு நீதி ஸ்தலம் இருக்கிறது பார், ஹ்ருதயம். அதைக் கேட்டுப் பார்த்தால்கூட அது சொல்லும் ‘இது சரியல்ல’ என்று, அது ஒரு நாளும் இந்தப் போக்கை அனுமதிக்காது?”

அவன் பதிலே பேசவில்லை. ஒரு அக்ஷரம் விடாமல் கவனமாகக் கேட்டுக்கொண்டிருந்தான்.

“நான் சொல்வது மனசில் ஆச்சா?”

“இம் – ஆனால் மேலே?”

“ஒரே ஒரு வழி உண்டு! சொல்லட்டுமா? நீ அவளைக் கலியாணம் பண்ணிக்கொள்ள வேண்டியதுதான்!” என்று புன்சிரிப்புடன் சொன்னார் அவர்.

“வெகு சுலபமாகச் சொல்லிவிட்டீர்களோ”

“சுலபமாகச் சொன்னாலும் சரி, முக்கித் திணறிச் சொன்னாலும் சரி, அதுதான் நீ செய்யவேண்டிய காரியம். மனசில் ஆச்சா? தப்பி ஓடுவதில் என்ன புருஷத்வம் இருக்கிறது? சங்கதி எல்லாவற்றையும் அப்பாவிடம் ஒளிக்காது தைரியமாகச் சொல்லிவிடு. அவர் என்ன சொல்லுகிறார் என்று நாளைக்கு வந்து சொல்லு. அவருடைய அதிருப்தியைச் சம்பாதித்துக்கொள்ள நேர்ந்தாலும் நேரும். எல்லாவற்றிற்கும் என்னிடம் வந்து சொல். நாளைக்கு இதே நேரத்தில் இங்குச் சந்திக்கலாமா?” என்று சொல்லிக்கொண்டே எழுந்தார் அவர்.

இருவரும் புறப்பட்டார்கள். ஏறக்குறைய முக்கால் மைல் இருந்தது எக்ஸ்டென்ஷன். அவனுடைய தோளில் கை போட்டுக்கொண்டே கனிவுடன் அவனுக்குத் தைரியம் சொல்லிக் கொண்டு வந்தார் ராமையர். எக்ஸ்டென்ஷன் முதல் தெருவில் அவருடைய வீடு இருந்தது.

அவருடைய கட்டாயத்தை மறுக்க முடியாமல் அவர் வீட்டிலேயே சாப்பிட்டான் நடேசன். சோறு இறங்கவில்லை. அன்னத் துவேஷம் கொண்டவனைப் போலக் கொறித்துவிட்டு எழுந்தான். சாப்பிடும்போது அவரை நன்றாகப் பார்க்க முடிந்தது. ‘மாட்டி’ பனியனைக் கழற்றிவிட்டு, வலவலவென்று ஒரு துண்டைப் போட்டுக்கொண்டிருந்தார். ஆள் நல்ல சிவப்பு

நல்ல உயரம். கருடன்போல் மூக்கு பாதி நரைத்திருந்த தலைமயிர் ஒட்ட வெட்டப்பட்டிருந்தது. வெளியே வந்து தன் வீடு நோக்கி வரும்போது அவனால் அந்த உருவத்தை மறக்க முடியவில்லை. அந்தக் கனிவு மிகுந்த குரல் அவனுடைய துக்கம் தோய்ந்த ஹ்ருதயத்தில் ஒலித்துக்கொண்டேயிருந்தது.

வீட்டுக்கு வரும்போது பதினோரு மணிக்குமேல் ஆகிவிட்டது. சமையற்காரன் காத்துக்கொண்டிருந்தான்.

"அப்பா வந்துவிட்டாரா?" என்று மெதுவாக நடேசன் அவனைக் கேட்டான்.

"சாப்பிட்டு விட்டு படுத்துக் கொண்டுகூடவிட்டாரே!"

"சரி, ஒரு சிநேகிதர் வீட்டில் சாப்பாடாய்விட்டது. நீ வீட்டுக்குப் போ!" என்று சொல்லிவிட்டு நடேசன் உள்ளே போய்ப் படுக்கை அறைக்குள் நுழைந்தான்.

# விஷப்பரீட்சை

இரண்டு அறைகளிலும் தூக்கம் இல்லை. தூக்கம் வரும் அறைகளில் ஏக்கமும் துக்கமும் நிறைத்துக் கொண்டிருந்தன. வீட்டுக்கு முன்பக்கத்தில் உள்ள அவருடைய அறையில் இன்னும் இரண்டு அதிகமாயிருந்தது. அவை கோபமும் பொறாமையும்.

உலகத்தை நம்புவதா வேண்டாமா என்று அவருக்குப் புரியவில்லை. தம்பி, தமயன், பிள்ளை, சிஷ்யன் எல்லோரும் தம்பி, தமையன், பிள்ளை சிஷ்யர்களாகவே இருக்கிறார்களா? இல்லை. முக்கால் வாசி துரோகிகள்! தெரிந்தோ தெரியாமலோ துரோகிகளாக மாறிவிடுகிறார்கள்! தன் பிள்ளையும் இந்தக் கூட்டத்தில் சேர்ந்து விடுவானென்று அவர் எதிர்பார்த்தாரா? கள்ளிப் பெட்டியைப் புரட்டும் ரயில் போர்ட்டர் மாதிரி, இரண்டு மூன்று பழமொழிகளை அவர் மனதில் புரட்டிக் கொண்டிருந்தார். "ஒண்டவந்தப்பிடாரி ஊர்ப்பிடாரியை விரட்டிற்றாம்!" – "தலைவலி போய்த் திருவலி!" – "கெட்டிக்காரன் புளுகு எட்டு நாள்!" ஒருமணி இரண்டுமணி என்று இந்தப் பழமொழிப் பெட்டியைப் புரட்டிவிட்டுக் கடைசியில் அவருடைய கோபம் ஒரு பயங்கரமான விகார முடிவுக்கும் வந்து விட்டது.

பின் கட்டில் உள்ள அறையில் அவர் பிள்ளை ஒரே ஏக்கம் பிடித்துப் படுத்திருந்தான். மனுஷ்யனுடைய செளகர்யா செளகர்யங்களைக் கேட்டுக் கொண்டா தெய்வம் நடக்கிறது? கோயில்

காளை மாதிரி அதன் மனம் போனபடி, மனிதன் அருமையாக வளர்த்த ஆசை இன்பங்களை யெல்லாம் ஒரே கடியில் விழுங்கியோ, ஒரே மிதியில் மிதித்து நசுக்கி விட்டோ, கூளமாக்கி விட்டுப் போய்விடுகிறது. ரங்கூனிலிருந்து வந்ததும், கோயிலுக்குப் போவோமென்றால், அங்கு ஏன் இவளைச் சந்திக்கவேண்டும்? இவளுக்கு நம்மோடு எதிராக நம் தந்தைதானா காத்திருக்க வேண்டும்? இப்படியே திருப்பித் திருப்பி அவன் சிந்தித்துக் கொண்டிருந்தானே ஒழிய, விழுந்த சிக்கலை அவிழ்க்க வழி ஏதும் காண முடியவில்லை.

இருவரும் தலையணையை மாற்றிப் போட்டுக் கொண்டார்கள். தலைச் சூடு ஒரு பக்கத்தில் ஏறியதும், அந்தப் பக்கத்தைக் கீழேபோட்டு, மேல்பக்கத்தில் தண்மையைத் தேடினார்கள். வலது பக்கம் அலுத்ததும், இடதுபக்கமாக ஒருக்களித்துப் படுத்தார்கள். இரவும் மேலே போகாமல் நின்று விட்டாற்போலிருந்தது.

திடீரென்று காற்று ஜில்லிட்டது. கடைசி யாமத்தின் குளிர்காற்று ஊதலடிக்கத் தொடங்கியதும் போர்வையைக் காலில் மடக்கிப் போர்த்திக் கொண்டார்கள். எண்ணி எண்ணி மூளையும், விழித்து விழித்துக் கண்ணும் சோர்ந்துபோகவே உறக்கம் வந்துவிட்டது.

அவனுக்கு எத்தனை நாழி தூங்கினோமென்று தெரியவில்லை. கண் விழித்த போது, பக்கத்து வீட்டுச் சிமிட்டித் தூணின் அடி வரையில் வெயில் அடித்துக் கொண்டிருந்தது. பக்ஷிகளின் காலைப்பாட்டு ஓய்ந்து, காம்பவுண்டுச் சுவரின் மீது வாலை யடித்து, 'ணிக் ணிக்'கென்று ஒரு அணில் கத்திற்று.

பல் தேய்க்கும் போது, "சாப்பாட்டு உள்ளில் காப்பி வைத்திருக்கிறேன். மார்க்கட்டுக்கு நாழியாகிவிட்டது, போகிறேன்," என்று சமையற்காரன் சொல்லிவிட்டுப் போனான்.

சாப்பாடு உள்ளில் நுழைந்ததும் காலை நிம்மதியில் மலர்ந்திருந்த அவன் மனம் சட்டென்று கலவரமடைந்தது. அதன் காரணம், அப்பா அங்கு மேஜைக்குமுன் உட்கார்ந்திருந்ததுதான். ஆனால் அவர் மட்டும் அவனைப் பார்க்காததுபோல் உட்கார்ந்திருந்தார். கையில் தினசரிப் பத்திரிகையுடன். என்ன பீதியாலோ விகாரமும், வெளிரும் படர்ந்த அவருடைய முகத்தை அவன் கவனிக்கவில்லை. அவர் கையில் இருந்த பத்திரிகை நடுங்கிக் கொண்டிருந்ததையும் அவன் கவனிக்கவில்லை.

பேச விருப்ப மில்லாமல், அவன் நாற்காலியில் உட்கார்ந்து, டமராவை எடுத்துவிட்டு, காபி டம்ளரைக் கையில் எடுத்தான்.

உதட்டிற் கருகில் கொண்டு போகும் சமயம்! "குடிக்காதே! குடிக்காதே!" என்று பதட்டக் குரலுடன் டம்ளர் ஒரே அறையில் கையிலிருந்து பறந்து தரையில் விழுந்து உருண்டது. மேலெல்லாம் திரவம் சொட்ட, திகிலுடன் அவன் எழுந்து, அவரைப் பார்த்தான். உச்சந் தலையிலிருந்து உள்ளங்கால்வரை அவருடைய தேகம் நடுங்கிக் கொண்டிருந்தது. முகம் பிரேதம்போல வெளுத்து விட்டிருந்தது.

"நல்ல வேளை! குடிக்கவில்லையே! அதில் விஷம் கலந்திருக்கிறது!" என்று அவர் நாவோ சொல்லவும் தழதழத்தது. கண்ணிலோ ஜலம் பெருகிற்று.

அவன் கீழேவிழுந்துவிடாமல் தள்ளாடிக்கொண்டே தன்னறைக்குத் திரும்பிப் படுக்கையில் போய்விழுந்தான். பயத்தின் வேகத்தால் உடம்பு சமாளிக்க முடியாமல் நடுங்கிற்று.

தந்தை செய்தது அவன் வயிற்றைக் கலக்கிற்று. உதட்டின் அருகில் வந்த மரணம் விழுந்து உடையினும் அது எல்லோருக்கும் கொண்டுவரும் திகில் மட்டும், எண் சாண்பட படுத்திருந்த உடலுள் புகுந்து அதைக் குலுக்கிக் கொண்டிருந்தது. "கடலைக் கடந்து நான் ஏன் வர வேண்டும்? நான் வரவில்லை என்று எந்த அம்மா ஏங்கிக் கொண்டிருந்தாள்? பின் எதற்காக வந்தேன்? பித்ரு பாசம் காலபாசமாக மாறுவதைப் பார்க்கவா? கோயில் அமிர்தத்தைக் காட்டிற்று. வீடு விஷம் கொடுக்கிறது. இரண்டையும் ஒருவன் விழுங்க முடியாது. விஷத்தைத் தான் தின்றுவிடலாம் என்றால், கொடுக்க நீட்டிய கை ஏன் கீழே போட்டு உடைத்தது? அப்பா, அப்பா, நீங்கள் ஒன்றும் தப்பாகச் செய்துவிடவில்லை. நான் ஏன் வந்தேன்? உங்கள் போக்கில் குறுக்கிடுவதில் எனக்கு என்ன நியாயம் இருக்கிறது? நீங்கள் கொடுத்த தண்டனை சரிதான்! பின் ஏன் கையைப் பின்னுக்கிழுத்துக் கொண்டு விட்டீர்கள்?" என்று தனக்குள்ளேயே அவன் புலம்பிக் கொண்டிருந்தான். தான் தான் குற்றவாளி என்று அந்தப் பயத்திலும் அதிர்ச்சியிலும் அவனுக்கு இயற்கையாகத் தோன்றிற்று. உடல் படுக்கை கொள்ளவில்லை. அறையிலுள்ள ஒவ்வொரு பொருளும் – ஆகாயம் கூட – வெறுப்பைக் கக்குவது போலிருந்தது. மெல்ல எழுந்தான் நிற்க முடியவில்லை. சமாளித்துக்கொண்டு எங்கேயானும் போய்விட்டு வரலாம் என்று கிளம்பினான். அவ்வளவு தான்! திடீரென்று அந்த உருவம் – தந்தையின் உருவம் – வாசற்படியண்டை அருவம் மாதிரி வந்து நின்றது. பொத்தென்று அவன் கட்டிலில் விழுந்து விட்டான்.

நிலைக்கருகிலேயே அவர் நிற்கவில்லை. கட்டிலை நெருங்கி வந்து அவனைக் கட்டிக்கொண்டு அழத்தொடங்கி விட்டார்.

அவனுடைய பாதத்தைப் பிடித்தார். தீப்பட்டு விட்டதுபோல் அதைச் சட்டென்று எடுத்து அப்பால் போட்டான் அவன். அவர் சற்றுக் கழித்து, "மிருகப் பிராயனாக ஆகி விட்டேன்!" என்றார். அவன் பேசாமலிருந்தான்.

"முந்தா நாள் கிராமத்திற்கு அவசரமாகப் போனேனே, ஏன் தெரியுமா? பண்ணையாள் ஒருவன் தன் மகனை வயிற்றில் உதைத்துக் கொன்று விட்டான். அவனுக்கு ஒரு ஸ்திரீயிடம் நட்பு. அவள் வீட்டில் போய் அவனுடைய மகன் பேசிக்கொண்டிருந்தானாம். அதைப் பார்த்ததும் தகப்பனுக்குச் சந்தேகம் வந்துவிட்டது. உடனே யோசிக்காமல் கொன்றுவிட்டான். நான் அங்குப் போன பிறகு தான் கொலையின் காரணம் தெரிந்தது. அதை விசாரித்து விட்டு நேற்று சாயங்காலம் வந்தவன் அவள் வீட்டிற்குள் நுழைந்தேன். அங்கு உன்னைப் பார்த்தபோது என் கண்களில் தணலை வைத்தாற் போலிருந்தது. வீட்டுக்கு வரும்போது மருந்துக்கடைக்குப் போய்விட்டு வந்தேன். இப்பொழுது காபியில் கலந்து விட்டேன். அவனுக்கும் எனக்கும் என்ன வித்யாசம்!" என்று முடித்துத் தரையைப் பார்த்தார்.

"நீங்கள் செய்தது தப்பில்லையே! அவன் பொய்யாகச் சந்தேகப்பட்டு அவனைக் கொன்றுவிட்டான் என்கிறீர்கள். இப்பொழுது உங்கள் சந்தேகம் பொய்யில்லை. நான் குற்றவாளிதான்! ஏன் டம்ளரைத் தட்டிவிட்டீர்கள்? அவள் உங்களுடையவள் தானே!" என்று அவன் கெஞ்சினான்.

"இன்னொருதரம் சொல்லாதே! எனக்கு என்னமோ செய்கிறது!"

"ஏன் உங்களுடையவ ளில்லையா?"

"இல்லை! அவள் எப்படி இந்தக் கிழவனிடம் மனதைச் செலுத்த முடியும்?"

"பின்?"

"உன்னுடையவள் தான் அவள்!" அவனுடைய மங்கிய நம்பிக்கை சற்று ஒளி விட்டது. அவர் மேலும் சொன்னார்:

"நீ அவளை விரும்புகிறாய் என்னைப்போல! ஆனால் என்னைப்போலவே வழி தெரியாமல் சென்றுவிட்டாய். அவள் உன்னுடையவளாக ஆக முடியாது, எல்லோருக்கும் சொந்தமானவள் அவள்! கைதேர்ந்த கணிகை!"

இதைக் கேட்டதும் அவன் முள்ளை மிதித்தாற் போலத் துடித்தான்.

"நீங்கள் ஏன் இப்படிஎல்லாம் சொல்ல வேண்டும்?"

"எனக்குத் தோன்றுகிறது!"

"உங்களுக்குத் தோன்றிவிட்டால் அது சத்யமாகி விடுமா?"

"காரணமில்லாமல் எனக்குத்தோன்றி விடவில்லை."

"என்ன காரணமோ?"

"நீ அங்கு உட்கார்ந்திருந்தது தான்—"

"அதற்கும் இதற்கும் என்ன சம்பந்தம்?"

"அவள் உன்னை விரும்புகிறாள், போலிருக்கிறது. அப்பா முக்கால் லக்ஷம் கொடுத்துவிட்டார்; இது உனக்கு இதுவரையில் தெரியாது என்றே நினைக்கிறேன். இப்பொழுது சொல்லுகிறேன். அப்பாவிடமிருந்து முக்கால் லக்ஷம், பிள்ளையிடமிருந்து இன்னும் ஒரு முக்கால், நாளைக்கு உன் பிள்ளையிடமிருந்து இன்னும்ஒரு—"

"போதும் நிறுத்துங்கள்; கூசாமல் நீங்கள் இவ்வளவு தூரம் பேசக் கூடியவர்கள் என்று எனக்குத் தெரியவில்லையே?"

"கூச்சம் என்ன இதில்? எப்பொழுது அவள் குலம் கோத்திரமெல்லாம் தெரிந்துகூட நான் அவளை விரும்பத் தொடங்கினேனோ, அப்பொழுதே என் மனம், பேச்சுகளில் இருந்த கௌரவம், பண்பாடெல்லாம் போய் விட்டதே!"

"சரி, பண்பாட்டை யெல்லாம் அடியோடு விட்டு விடாதீர்கள். நீங்கள் மேலே இன்னும் பேசுவதற்குமுன் என்னுடைய யோசனையைச் சொல்லிவிடுகிறேன்.

"என்ன அது?"

"நான் அவளைக் கலியாணம் செய்து கொள்ளப் போகிறேன்." மீண்டும் அவன் இந்த முடிவுக்குத் திரும்பி வந்ததன் காரணம் அவனுடைய தந்தைதான். அவருடைய அடாத சொற்கள் அவனை அந்த முடிவுக்குக் கொண்டுவந்து தள்ளிவிட்டது. அவர் எறிந்த மண்ணும் சேறும் அவளுடைய தூய்மையின்மீது விழாதபடி அவளைக் காக்க உறுதிகொண்டு, அவன் அந்த வார்த்தைகளை அழுத்திச் சொன்னான்.

"எப்பொழுது இந்த முடிவுக்கு வந்தாய்?"

"இரண்டு மூன்று நாளாயிற்று."

"நடேசா, எனக்கிருக்கும் வயது, அனுபவத்துடன் சொல் கிறேன். ஒரு வருஷமாக அவள் என்னை அணுக விடவில்லை. இப்பொழுது உன்னையும் அப்படியே ஆட்டி வைக்கப்போகிறாள்.

அவள் பெரிய சஞ்சல சித்தை. மாறுதல் இருந்துகொண்டே இருக்கவேண்டும் அவளுக்கு."

"அவள் என்னிடம் ஏதும் பணம்விரும்பவில்லையே!"

"அப்படித்தான் தொழில் ஆரம்பமாகும்!"

"சரி, எப்படி வேண்டுமானாலும் இருக்கட்டும்! என் முடிவு மாறாது!" என்று அவரை மாற்றமுடியாமல், எரிச்சலுடன் சொன்னான் நடேசன்.

"நான் சொல்வதைக் கேள் தயவு செய்து!"

"என்ன?"

"நீ அவளை நினைக்காமலிரு – அப்பொழுது நிம்மதி யுண்டாகும்."

"நினைத்தால்தான் நிம்மதி வரும் என்று எனக்குத் தோன்று கிறது. நீங்கள் வீணே சிரமப்படுவதுதான் என் நிம்மதியைக் குலைக்கிறது. என்னை உங்களால் மாற்ற முடியாது. எனது நிச்சயம் நிச்சயம்தான்!"

மறுபடியும் அவனைக் கெஞ்சினார். கெஞ்சக் கெஞ்ச அவனுடைய பிடிவாதம் ஏறிக்கொண்டிருந்தது. கடைசியில் அவருக்குக் கோபம் தான் வந்தது.

"நீ மாறப் போவதில்லையா?" என்று இறுதியாகக் கேட்டார்.

"இல்லை!"

"அப்படியானால் கண்டபடி என் சொத்து இறைபட எனக்கு இஷ்டமில்லை!"

"அடடா! உங்கள் சொத்து இறைபடுவானேன்? இறைபடாமல் சாதாரணமாகச் செலவழிக்கக்கூட நான் விரும்ப வில்லை. எனக்குப் பைசாகூடவேண்டாம்!" என்று சொல்லிக் கொண்டு, அவரைக் கடந்து வேகமாக வெளியே வந்துவிட்டான்.

அவன் போன பக்கத்தை அவர் இரக்கத்துடன் சற்று நேரம் பார்த்தார். சொத்தை இவன் இழக்கத்தான் வேண்டுமென்ற பிடிவாதம் அவரைக் கெட்டியாகப் பிடித்துக்கொண்டுவிட்டது. மண் குதிரையை நம்பி ஆற்றில் இறங்குகிறானே என்றுதான் அவர் இரங்கினார்.

"அவன் பிடிவாதம் அவனோடு! என் பிடிவாதம் என்னுடன்! நல்லதைச் சொன்னால் கேட்கவேண்டும்; இல்லா விட்டால் அனுபவிக்கவேண்டும்!" என்று மனதிற்குள்ளேயே

இரைந்துகொண்டு, டிராயரை இழுத்துக் காகிதத்தை எடுத்துப் பரபரவென்று எழுதினார். கடிதத்தைக் கவரில் ஒட்டியதும் ரத்னத்தைக் கூப்பிட்டார். அதட்டலைக் கேட்டதும் சப்பளங்கொட்டி உட்கார்ந்திருந்த ரத்னம் உள்ளே ஓடி வந்தான்.

"சன்னிதித் தெருவிலே குஜலத்தின்வீடு தெரியுமா?"

"கோயிலூர் குஜலந்தானுங்களே? போன வருஷம் செத்துப் போனாங்களே!"

"ஆமாம், அவளுடைய பெண் இருக்கிறாள். அவள் கையில் இதைக் கொடுத்துவிட்டு வா. பாக்கு வெட்டும் நேரத்தில் வரவேண்டும்!"

கடிதத்தை வாங்கிக்கொண்டு அவன் பறந்து ஓடி விட்டான்.

# விடுதலை

நடேசன் வெளியே வந்தபோது, அவனுடைய மனம் நிர்மலமாயிருந்தது. சொத்து எதற்காக? மாட்டின் கழுத்தில் கம்பு கட்டிய மாதிரி? சுதந்திரப் போக்கைத் தடுத்துக்கொண்டிருந்த அந்தச் செல்வம் போனதும், அவன் விடுதலையுடன் பெருமூச்சு விட்டான்.

போகும் வழியில்தான் இருந்தது ராமையரின் வீடு. அதன் கேட்டைத்திறந்து அவன் உள்ளே நுழையும் போது இறுகக் கச்சைக் கட்டிக்கொண்டு தோட்டத்தில் ராமையர் மண்வெட்டியால் வேலை செய்துகொண்டிருந்தார். பக்கத்தில் இரண்டு ஒட்டுமாங்கன்றுகள் நிலையான ஒரு இடத்தில் நின்று வாழ்க்கையைத் தொடங்கக்காத்துக் கொண்டிருந்தன.

"நமஸ்காரம்!" என்று குரல்கேட்டதும் அவர்திரும்பி "வாப்பா!" என்று அவனை வரவேற்றார். மண்வெட்டியை மட்டும் கீழேபோடவில்லை. கச்சையையும் அவிழ்க்கவில்லை.

"உங்கள் யோசனைப்படியே நடந்துவிட்டேன்!" என்றான் அவன்.

"கலியாணம் நிச்சயம் செய்து விட்டாயா!"

"செய்து விட்டேன்!"

"அப்பாவுக்கு அது இஷ்டமில்லை. அதனால் இப்பொழுது நான் அனாதை. அந்தத் தோட்டத்தில் நொருங்கிக் கிடக்கும் சருகைக்கூடத் தொடமுடியாது இனி என்னால்."

தி. ஜானகிராமன்

“என்னப்பா மெதுவாகச் சொல்லுகிறாயே! அப்பா அவ்வளவு கடூரமாகவா தண்டித்து விட்டார்?”

“தண்டனையில்லையே அது! தண்டனையிலிருந்து அவர் விடுவித்து விட்டார். மனத்தில் அரிப்பு ஏதும் இல்லாமல் இருக்கலா மல்லவா இனிமேல்?”

“ஆகையால் சொத்தை எல்லாம் இழக்கவும் தயாராகி விட்டாயா?”

“தயாரென்ன? இழந்தே ஆயிற்று! இப்பொழுது ஆள் தான் மிச்சம்!”

“ஆட்கள் என்று சொல்லு” என்று சிரித்தார் அவர். அவன் வெட்கத்தால் தலை குனிந்தான்.

“எனக்குமட்டும் ஒரு வருத்தம் என் பேச்சைக் கேட்டதால் தானே, சொத்து முழுவதையும் இழக்க வேண்டி இருக்கிறது!” என்று தீனமாகச் சொன்னார் அவர்.

“இல்லை. நேற்று இருந்த கலவரத்தில் ரங்கூன்போகத் தீர்மானித்து விட்டேன். நான் செய்தது தப்புதான் அவள் உங்களுடையவள் தானே!” என்று அவரிடம் மன்னிப்புக் கேட்டுக்கொள்ளப் போனேன். என்னுடையவளில்லை என்று ஆரம்பித்தவர் அதோடு நிற்கவில்லை. அவள்மீது, ஒன்றுமறியாத அந்தச் சிறுமிமீது, சகதியை வாரி யிறைக்கத் தொடங்கிவிட்டார். கைதேர்ந்த தாசி, மாயாவி என்று அடுக்க ஆரம்பித்தார். எனக்கு நெஞ்சு கொதித்தது. அவரைத் தடுத்துப் பார்த்தேன். அவர் நிற்கவில்லை. கடைசியில் அவளைத்தான் நான் கலியாணம் செய்துகொள்ளப் போவதாகத் தீர்மானமாகச் சொல்லி விட்டேன், அவருக்குத் துஷ்கல்பனை வேரூன்றி விட்டது. என்னைக் காலில் விழாதகுறையாக, கெஞ்சினார் வேண்டாமென்று. என் பிடிவாதத்தைக் கண்டு கடைசியில், ‘என் சொத்து இப்படி வீணாகப்போவதில்லை!’ என்று கோபத்தில் குரல் நடுங்கக் கத்தினார் –”

“அப்படியானால் எனக்கு அந்தக் கௌரவம்கூட மிச்சமில்லை என்று சொல்லு!” என்று ராமையர் புன்சிரிப்புடன் குறுக்கிட்டார்.

“சொத்தை விரும்ப வில்லை யென்று நானும் சொல்லி விட்டேன்.”

“பேசிக்கொண்டே ராமையர் கல்லுக் கட்டியெல்லாம் பொறுக்கி எறிந்து விட்டார். மண் மிருதுவாக இருந்தது.

இரண்டு மாங்கன்றுகளையும் நட்டு, மண்ணைத் தள்ளி, பாத்தி கட்டிவிட்டுத் தண்ணீரை விட்டுக்கொண்டே, "அவள் பெயர் என்ன?" என்று கேட்டார்.

"அமிர்தம்."

"பெயர் ரொம்ப அழகாக இருக்கிறதே! அம்மா அமிர்தம் இதைச் சாப்பிடு," என்று அந்தப் பாத்தியில், தண்ணீரை விட்டு, "நடேசா, அமிர்தம் பக்கத்திலிருக்கிறாள். இருவரையும் ஒருவரை ஒருவர் பார்த்துக் கொண்டு அழகாக, அமோகமாக வளருங்கள்!" என்று அந்த மிதுனத்திற்கு ஆசீர்வாதம் செய்து, அவனைப் பார்த்துச் சிரித்தார் ராமையர். அவன் இப்பொழுதும் தலையைக் குனிந்துகொண்டான்.

"நீ அப்புறம் அவளைப் பார்க்கவில்லையே?"

"பார்க்கத்தான் புறப்பட்டேன்; வழியில் தங்களிடம் சொல்லிவிட்டுப் போகலாமென்று வந்தேன்."

"எப்படியப்பா பார்க்காமல் பொறுமையாக இருக்கிறாய்? மாப்பிள்ளை மாதிரியே தோன்றவில்லையே உன்னைப் பார்த்தால்! நானா யிருந்தால் இப்படியெல்லாம் பேசிக் கொண்டிருப்பேனா?" என்று யௌவனத்தை வரவழைத்துக்கொண்டு அவர் அவனைத் துரிதப்படுத்தினார்.

அவனுக்கு அவரையும் அழைத்துப்போகலாம் என்று தோன்றிற்று. ஏதோ சொல்ல முடியாத அச்சத்தால் அந்த ஆசையை அடக்கிக்கொண்டு, அவன் மட்டும் தனியாகக் கிளம்பினான். மனது, இனிமையைக் காணவும் அப்பாவின் பழிக்கு ஆளான தூய்மையைக் காக்கவும் துடித்தது. வேகமாகப் போனான்.

## ஒரு கடிதம்

அமிர்தமும் துளசியும் கூடத்தில் உட்கார்ந்திருந்தார்கள். அமிர்தத்திற்கு ஒன்றிலும் மனம் நாடவில்லை. அவன் என்ன சொல்லப் போகிறானோ என்ற சந்தேகம் அவளுக்குத் திகிலூட்டியது. அவனுடைய முடிவுக்காகக் காத்திருந்த அவளுக்கு, அவன் வராமலேயே இருந்தால் போதும் என்றும் தோன்றிற்று. வரும்பொழுது தன்னைக் கைவிடும் முடிவோடு வந்தால்–?

துளசி தன் வழக்கமான தாயுள்ளத்துடன் சொன்னாள்–

"யம்மா கலகலன்னு இருங்கம்மா! சும்மா நெனச்சு நெனச்சு உருகாதீங்க! நடராஜா உங்களுக்கு இல்லாம, வேறு யாருக்கம்மா கண் திறப்பாரு? எல்லாம் சரியாய்த் தான் முடியும்!"

அமிர்தம் எல்லாவற்றையும் கேட்டுக்கொண்டு உணர்ச்சியின்றி உட்கார்ந்திருந்தாள்.

"இன்னும் ஒரு வாரத்தில் இங்கே இருப்பீர்களோ அவங்க வீட்டில் இருப்பீங்களோ! அப்புறம் ஐயாவோடேயே பேசிட்டிருப்பீங்க! என்னைக் கவனிக்கவே போது இராது உங்களுக்கு!" என்று விஷமச் சிரிப்புடன் துளசி அவளை உற்சாகப்படுத்த முயன்றாள்.

அமிர்தத்திற்கு அவள் கேலி காதில் விழவில்லை. வீதியில் வாசலுக்குமுன் வந்து வந்து தேய்ந்து போகும் விற்பனைக் குரல்களும், அருகில் அவள் பேசும் பேச்சும் கனவில் எழும் தொலையொலிபோலத் தோன்றின.

"என்னம்மா சரிகிள் மணி கேட்குது வாசலிலே!" என்று எழுந்தாள் துளசி.

"யம்மா! வாசல்லே சரிகிள் மணி கேக்குதம்மா! யாரோ நிக்கறாங்கோ சரிகிள் வச்சுகிட்டு!" என்று துளசி அமிர்தத்தை உலகத்திற்குக் கொண்டு வந்தாள்.

"என்ன?"

"சரிகிள் வச்சுக்கிட்டு யாரோ வாசல்லே நிக்கறாங்க!"

"சைக்கிள் வைத்துக்கொண்டா? போய்ப் பார்த்து விட்டுவா" துளசி போய் ரத்னத்தோடு வந்தாள்.

"நீங்கதானேம்மா கோயிலூர் குஜலத்தம்மா பொண்ணு?"

"நான் தான்"

"முதலியாரு இந்த லட்டரைக் கொடுத்திட்டு வரச் சொன்னாங்க," என்று கடிதத்தைக் கொடுத்துவிட்டுப் போய் விட்டான் ரத்தினம். அமிர்தம் கடிதத்தைப் பிரித்துப் படித்தாள்.

"அமிர்தத்திற்கு, இதை எழுதுவதின் நோக்கம் உன்னிஷ்டம் போல் நீ நடந்து கொள்ளலாம் என்று உன்னிடம் தெரிவிக்கத்தான். எனக்கும் உனக்கும் யாதொரு சம்பந்தமும் இருக்கமுடியாது. நீ என்னை விரும்பவில்லை. விரும்பாதது இயற்கை. கிழத்தனத்தின் முதல்படியில் என்றைக்கோ நான் ஏறிவிட்டதை உணராமல் நான் உன்னிடம் வந்தது என் மடமைதான்.

"வயது மட்டுமில்லை. என்னை இன்னொரு விஷயமும் பின்னுக்கிழுக்கிறது.

"உன் குலம்; தாஸியை – அதுவும் கைதேர்ந்த ஒரு கணிகையை – விரும்பி, அவள் மற்ற ஸ்திரீகளைப்போல் இருக்க வேண்டும் என நான் விரும்பியது என்னுடைய இன்னொரு மடமை. நான் தெளிவாகச் சொல்லி விடுகிறேன்.

"நேற்று அவனுடன் – என் புதல்வனுடன் – உன்னைக் கண்டபோது, என்னுள் எழுந்த பொறாமையை அடக்க முடியவில்லை. உள்ளே கிடந்து குமுறிற்று, இன்று காலை, இப்பொழுதுதான், இன்னும் இரண்டு மணி நேரம் கூட

ஆகவில்லை, அவனுடைய காப்பியில் விஷத்தைக் கலந்து விட்டேன். நல்ல வேளை – அவனுடைய நல்ல காலம் – எனக்கும் நல்ல காலம்? அவன் டம்ளரை உதட்டருகில் கொண்டு போகும்போது தட்டிக் கீழே தள்ளிவிட்டேன். தலையில் விழவிருந்த பெரிய சாபத்தைத் தடுத்தாய்விட்டது. அதன் மூலமாக, எல்லாவற்றிற்கும் மூலமான உனக்கு வரும் சாபத்தையும் தடுத்து விட்டேன்.

"என் புதல்வன் – அவன் பரிதாபத்திற்கு இடமாகி விட்டான் – உன்னுடைய குலத்திற்கே இயல்பானது பொருளில் மோகம் என்பது தெரியாமல் உன்னைக் கல்யாணம் செய்துகொள்ள வாக்குறுதி கொடுத்து விட்டதாகச் சொல்லுகிறான். என்னை வஞ்சித்தாயிற்று. அணுகவிடவில்லை. இப்பொழுது அவனையும் தீண்டுகிறாய் – வரும் காலத்தில் அவனுக்குப் பிறக்கும் புதல்வனாவது காக்கப்பட வேண்டும் என்பதுதான் என் பிரார்த்தனை.

"என் புதல்வன் பெருத்த மனஸ்தாபத்துடன் வெளியே சென்றிருக்கிறான். இன்னும் சற்று நாழிகையில் அங்கு வந்தாலும் வரலாம். அதற்குள் இந்தக் கடிதத்தை உன்னிடம் சேர்த்து விடவேண்டுமென்று என் கை துடிக்கிறது. அவனும் என் நிலைமைக்கு வந்துவிடப் போகிறானே என்பதை நினைக்க என் மனம் கலவரப்படுகிறது.

எழுதவும் கை கூசுகிறது. இன்னும் எத்தனை பேர் இந்த வலையில் விழுந்திருக்கிறார்களோ!

"கண் தெரியாமல், 'வழி தவறி' அவன் உன்னிடம் வருகிறான். என் பணம் இப்படி இறைவதை நான் பார்க்க விரும்ப வில்லை. நான் கொடுத்த செல்வம் எனக்குப் புத்தி வாங்கிக் கொடுத்து விட்டது. ஆனால் இந்தப் புத்தியை இவ்வளவு விலை கொடுத்து வாங்கியிருக்க வேண்டாமென்று இப்பொழுதுதான் தெரிகிறது. பட்டால்தானே தெரியும்!

"அவன் உன்னை நாடினால், இந்தச் சொத்திற்கும் அவனுக்கும் சம்பந்தம் அறுந்துவிடும் என்று நான் சொல்லிவிட்டேன். அவன் அதையும் மீறிப்போயிருக்கிறான். அன்பும் மரியாதையும் வடிவான அவன் ஏன் இப்படி மாறினான் என்று விளங்கவில்லை. இதுவே எனக்குப் பெரிய அதிர்ச்சி. நீ ஏன் அவனை இழுக்கிறாய்? உலகமறியாத சிறுவனை? உன் சாகச சாமர்த்தியங்களைக் காட்ட இந்தச் சாதுதானா அகப்பட்டான்?

"சுருங்கச் சொல்லுகிறேன். நீ அசல் கணிகை. அவனை விட்டுவிடு. அவன் மீது ஆணையாகக்கூடச் சொல்லுகிறேன். அவனை விட்டுவிடு.

இப்படிக்கு,

சபேச முதலியார்

அவள் சிரமப்பட்டு வாசித்து முடித்தாள். அவசரத்தில் எழுதிய அக்கடிதம் வாசிக்க வசமாக இல்லை. அதன் முழுப் பொருளை அறிந்ததும் அவளுக்கு ஆட்டம் கொடுத்தது. அவளுடைய முகம் இருண்டதைக் கண்ட துளசி திகிலுற்று, "என்னம்மா!" என்று கேட்டாள்.

அவள் பதிலே பேசவில்லை. சற்றுக் கழித்து, கல்லைத் தூக்கிப் போட்டு விட்டானடி!" என்று வீறிட்டாள். முழுவதும் சொல்ல முடியாமல் விம்மி விம்மி அழத் தொடங்கி விட்டாள்.

"என்னம்மா? என்ன?" என்று துளசி பதறினாள்.

"நான் தேவடியாளாம்!" என்று கண்ணீர் பெருக அடக்க முடியாமல் அழுதுகொண்டே மாடிக்குப் போய்க் கட்டிலில் விழுந்து விட்டாள். துளசி, "என்னம்மா முழுக்கச் சொல்லுங்களேன்!" என்று ஓடி வந்தாள்.

"ஒன்றுமில்லை, நீ போ கீழே! அப்புறம் சொல்லுகிறேன்!" என்று அவளைக்கீழே அனுப்பி விட்டாள் அமிர்தம்.

நிஷ்களங்கையான அந்தக் கணிகை அப்பொழுது தன் தலையில் சுமையாக விழுந்திருந்த களங்கத்தைத் தாளாமல் பொருமினாள். அபலையின் கண்களுக்கு அழத்தான் முடிந்தது. கண்ணீர் நனைக்க அந்தக் கடிதத்தை மீண்டும் ஒரு முறை வாசித்து விட்டுக் கிழித்தெறிந்தாள்.

சற்று நேரம் கழிந்ததும், "அம்மா, அவரு வந்திருக்காரு!" என்று துளசி வந்தாள்.

"சரி, போகச் சொல்லு!"

"வேண்டாம், வேண்டாம், இங்கே கூப்பிடு!" என்று அமிர்தம் கண்ணைத் துடைத்துக்கொண்டு தலையைச் சீர்படுத்திக் கொண்டாள். "இதோ பாரு! கடுதாசு கிடுதாசு என்று அவரிடம் வாயைத் திறக்கப்படாது!" என்று துளசியை எச்சரித்தாள்.

அவளுடைய முகத்தைக் கண்டு திடுக்குற்று நடேசன் கேட்டான் – "ஏன் இப்படி என்னமோ போலிருக்கிறாய்?" "என்ன சொல்லப் போகிறீர்களோ என்று பயமாக இருக்கிறது.

நேற்று நடந்ததை யெல்லாம் நினைத்துப் பார்த்தால் எப்படி அழாமல் இருக்கிறது? விதி இப்படியெல்லாமா குழப்பும்?"

"விதிக்கே குழப்பம். அதுதான் குழம்பிற்று. நடுவில் கொஞ்ச நாளாகப் பைத்தியம் அதற்கு. இப்பொழுது குணமாகிவிட்டது. இல்லாவிட்டால் நான் இப்பொழுது வரமுடியுமா? நான் உன்னுடையவன்!"

"என்ன! நிச்சயமாகவா?"

"ஆமாம்! பழைய பாசங்களை யெல்லாம் அறுத்தெறிந்து விட்டேன்! வந்திருக்கிறேன்!"

"ஏன்? அப்பா என்ன சொன்னார்?"

"அவருக்கு இஷ்டமில்லை"

"எப்படி இருக்கும்?"

"என் சொத்து, சுற்றம் எல்லாவற்றையும் விட்டு விட்டு இங்கு வந்திருக்கிறேன்!"

"சொத்தையெல்லாம் விட்டு விட்டா?"

"ஆமாம்"

"அந்தோ! எனக்காகவா?"

"ஆமாம்"

மேலே அவனைக் கேட்பதற்கில்லை. அவனுடைய முகம் உறுதியாக இருந்தது. அவனுடைய பாதத்தைத் தொட்டுக் கண்ணில் ஒத்திக்கொண்டு சொன்னாள், "இந்தப் பேதைக்காக எல்லாவற்றையும் உதறிவிட்டு வந்தீர்களா? உலகில் யார் இப்படிச் செய்வார்கள்?"

எழுந்து அவனை ஆசை தீர, விழுங்கிவிடுவதுபோலப் பார்த்தாள் அமிர்தம்!

அவன் அங்கேதான் சாப்பிட்டான். அவள் தந்த வெற்றிலையை மென்றுகொண்டு, "உன் நக்ஷத்திரமென்ன?" என்று கேட்டான்.

"ஏன்?"

"ஏன்? நாள் பார்த்து முகூர்த்தம் வைக்க வேண்டாமா? நமக்கு வேறு யார் இருக்கிறார்கள்? இப்பொழுது இதெல்லாம் செய்து வைக்க? சம்பந்தி, பிள்ளை, பெண் எல்லாம் நாம்தானே!" என்று சொல்லும்போது அவனுக்கு நா தழதழத்தது. "உன் நக்ஷத்திர மென்ன?"

அமிர்தம்

“மகம்”

“சரி, நான் வருகிறேன்—” என்று கிளம்பினான்.

அவன் புறப்படும்போது, “ஒரே ஒரு வேண்டுகோள்!” என்றாள் அமிர்தம்.

“என்ன அது?”

“நாம் ஈசனைக் காணவேண்டும். முதல் முதல் சந்தித்துக் கொண்ட – இல்லை, நான் உங்களைக் கண்ட – கர்ப்பக்கிருகத்தில் நின்று என் காணிக்கையைச் செலுத்த வேண்டும். நீங்களும் வரவேண்டும்.”

“ஆக்ஞை”

“சரி, இரவு ஒன்பது மணிக்குச் சரியாக வந்துவிடுங்கள்!”

அவன் வாசற்படி இறங்கிப் போய்விட்டான். அவளுடைய மனம் வெடித்துவிடும் போலிருந்தது. ஏனென்றால் அவள் சொன்னது பொய். அவள் மனம் வேறு முடிவுக்கு வந்துவிட்டது.

“துளசி! ராஜு மாமாவை அழைத்துக்கொண்டு வா, அவசரம்! கையோடு வரவேண்டுமென்று சொல்லு!” என்று துளசிக்கு கட்டளைபிறந்தது.

## இன்னொரு கடிதம்

"என்ன! உன் முடிவைமாற்றவில்லையா?" என்று கேட்டார் முதலியார்.

"இல்லை. நாள்கூடப் பார்த்துவிட்டேன். நீங்கள் இல்லாமலிருப்பது எனக்கு நிம்மதியாக இராது. நீங்களும் வரவேண்டும்."

"கலியாணம் எங்கே?"

"அவள் வீட்டிலோ கோயிலிலோ..."

"ஓகோகோ! அவ்வளவு தூரம் போய்விட்டாயா! அவள் சம்மதித்து விட்டாளா?"

"இரவு நாங்கள் ஈசனுக்குக் காணிக்கை கொடுக்கப் போகிறோம்."

அவருக்கு உண்மைதானோ என்று சந்தேகம் தோன்றிற்று.

"என்றைக்கு முகூர்த்தம்?"

"இன்றைக்கு எட்டாம் நாள்."

"சீக்கிரமாயிருக்கிறதே."

"இதெல்லாம் சீக்கிரமாகத்தான் முடிய வேண்டும்."

அவனை மேலும் கிளறப் பிடிக்கவில்லை அவருக்கு, இன்னொரு சந்தேகமும் அவரைச் சஞ் சலப்படுத்திற்று. இந்தத் தம்பதிகளின் ஆர்வத்தைக் கண்ட அவருக்கு – அவர்கள் உண்மையாகவே... அதிலும் அவள் உண்மையாகவே – அவனைப்

பூஜிக்கிறாளோ என்று ஒரு புதிய எண்ணமும் நெஞ்சில் எழத்தொடங்கியது. அவசரப்பட்டு அவள் மீது சேற்றை எறிந்து, இல்லாத களங்கங்களையெல்லாம் ஏற்றித் தான் எழுதிய கடிதத்தை நினைந்து துக்கப்பட்டார். தாபம் நெஞ்சை அறுத்தது. வீட்டில் இருப்பாகவே இருக்கவில்லை அவருக்கு. குற்றத்தின் குத்தலிலிருந்து விடுவித்துக்கொள்வதற்காக வீட்டிலிருந்து கிளம்பி எங்கெங்கோ சுற்றினார். வெயில் அவ்வளவாக இல்லை. ஒரு தெருக்கூடவிடவில்லை. சுற்றியாய் விட்டது. காலத்தைக் கழிப்பதற்காக ஒன்றுமில்லாததையெல்லாம் வேடிக்கை பார்த்து நின்று நின்று போனார். கடைசியில் கால் அயர்ந்து விட்டது. வீட்டுக்கு வரும்போது மாலை ஐந்து மணி இருக்கும். நடேசன் படுக்கையில் படுத்து, மார்மீது புஸ்தகத்தை வைத்து வாசித்துக் கொண்டிருந்தான். நிலைக்கருகில் வந்து நின்று அவர் சொன்னார்:

"நடேசா, இந்தக் கலியாண வாழ்க்கை நீடித்திருந்தால், பாதி சொத்தை உனக்குக் கொடுப்பதில் ஆக்ஷேபணை யில்லை எனக்கு," என்று.

அதைக் கேட்கப் பிடிக்காமல் அவன் எழுந்து வெளியே போய்விட்டான்.

இரவு எட்டே முக்காலுக்கே அவன் கோயிலுக்குப் போய் விட்டான். அசைந்தெரியும் சுடர்களும், ஆடும் தெய்வமும், புன்னகை பூக்கும் பெருமானும் அவனை வரவேற்றனர். வஸந்தகாலத்தில் காணும் புதுமை மாதிரி அவன் கண்ணுக்குக் கோயில் அன்று ஒரு புதுமையும் பொருளும் கொண்டு மிளிர்ந்தது.

சன்னிதியில் நின்று வாசலைப் பார்த்துக் கொண்டிருந்தான். தேவஸ்தான ஆபீஸின் கடிகாரம் ஒன்பதடித்து விட்டு ஐந்துகோடு தாண்டிவிட்டது. கோயில் வாசலில் துளசி வந்தாள். அவள் வந்துகொண்டே இருந்தாள். கையில் தட்டு, பூ, ஒன்றையும் காணோம். அவளுக்குப்பின்னாலும் ஒருவரும் வரவில்லை.

"அம்மா எங்கே?" என்று துடித்தான் அவன்.

"இந்தக் கடுதாசைக் கொடுக்கச் சொன்னாங்க!" என்று சொல்லும்போது அவளுக்குத் தொண்டை அடைத்துவிட்டது.

பர பரவென்று கவரைக் கிழித்துக் கடிதத்தைப் பிரித்தான்.

"சரண கமலங்களில் நமஸ்கரித்து எழுதிக்கொண்டது: நீங்கள் இதைப்பிரிக்கும்போது நானும் ஸ்ரீராஜுப்பிள்ளை அவர்களும் உட்கார்ந்திருக்கும் வண்டி, இந்த ஊரைவிட்டுத் தாண்டி அறுபது மைலுக்கு மேலும் போயிருக்கும்.

"விளக்கிச் சொல்கிறேன். இந்த ஊரை விட்டுவிட்டேன். நானிருந்த வீடு இப்பொழுது துளசிக்கு எழுதிக் கொடுத்தாகி விட்டது. நான் உபாத்தியாயினி ஆகவோ மாணவியாகவோ – எதுவென்று எனக்கே தெரியவில்லை – மற்ற என் சொத்துக்களை, நாளைக்காலையில் வைக்கப் போகும் அனாதைப் பள்ளிக்கூடத் திற்கு எழுதி வைத்தாகி விட்டது. இதெல்லாம் இன்று பிற்பகலில் நீங்கள் போன பிறகுதான் முடிந்தது. ராஜுமாமாவும் ஒரு வக்கீலும் உதவி செய்தார்கள். தாங்கள் தகப்பனாரிடமிருந்து 'பழைய பாசங்களை அறுத்துக்கொண்டு வந்தது' தான், என்னை இப்படி செய்யத் தூண்டிற்று.

ஒரே பிள்ளை! அதையும் நான் அபகரித்துக்கொண்டால்! தந்தையின் மனம் குளிர்மையுடன் பார்க்காது! ஆனால் இப்பொழுது சொல்லப்போவதுதான் முக்கிய காரணம். தந்தையால் விரும்பப்பட்டு, பிறகு மைந்தனால் அடையப்பட்டு விட்டால்–? இது நிம்மதியளிக்கும் என்று தோன்றவில்லை. நான் அவரை எப்பொழுதும் விரும்பவில்லை. நான் அவரை மறக்கவும் முடியவில்லை. அவருடன் நடந்த பேச்சுகள், கசந்த நினைவுகள், இவை என்றும் அருவம் மாதிரி வட்டமிட்டுக் கொண்டிருந்தால் எப்பொழுதுதான் சாந்தி யடைவது? தங்களை என் ஹிருதயத்தில் கொண்டு விட்டேன். தங்களையும் பக்கத்தில் வைத்துக்கொண்டு விட்டால், அந்த நினைவுகள் சாபங்களாகத் தான் இருக்க முடியும். இதைத் தவிர்க்கத்தான் நான் மனப்பூர்வமாக இப்போது முயலுகிறேன்.

நமக்கு மறு ஜன்மங்களில் நம்பிக்கை உண்டு. நாமெல்லாம் ரிஷிகளில்லை. இன்னும் எத்தனையோ ஜன்மங்கள், காலத்தின் அகண்ட வெளியில் கிடக்கின்றன. இனி வரப் போகும் பிறவிகளில் நாம் இருவரும் ஒன்றாகவே இருப்போம். இப்படியே நீங்களும் பிரார்த்தனை செய்யுங்கள்! இந்த ஜன்மம் ஒரு நிமிஷம் மாதிரி கழிந்து விடப்போகிறது! பொறுத்துக் கொள்ளுங்கள்!

இப்பொழுது கலியாணம் செய்துகொண்டால் அது துக்கமாகத் தானிருக்கும். தந்தைக்குக் கசப்பு, எனக்கும் கசப்பு – இது என்றாவது வந்து தீரும், அது வரவே வேண்டாமே. இது உறுதி! நாம் இருவரும் ஜன்மாந்தரத்தில் நிச்சயம் சேர்வோம். அதிர்ஷ்ட வசமாக ஜன்மாந்தரங்களின் ஞாபகம் ஈசன் நமக்கு அளிக்கவில்லை. அப்பொழுது, நிம்மதியுடன் புதிதாக விச்வத்தில் பிறந்தது போல நாம் இருவரும் வாழலாம்.

இரவு போட்மெயிலில் ஏறிச் சென்னை போகிறேன். என்னுடைய படிப்புக்குத் தக்கவாறு மாணவியாகவோ,

ஆசிரியையாகவோ ஆகலாம். ஸ்ரீ ராஜுப்பிள்ளை என்னைக் கொண்டுவிட வருகிறார்.

நமஸ்காரம்,

அமிர்தம்

வாசித்ததும் அவனுக்குப் பொறி கலங்கிற்று. தூணைப்பிடித்துக் கொண்டு, "அம்மா! எங்கே?" என்றான்.

"ஊருக்குப் போய்விட்டாள்!" என்று பொருள்பட துளசி ஜாடை காட்டினாள். அவளுக்குப் பேச முடியவில்லை. அவளைக் கடந்துகொண்டு அவன் பித்துப் பிடித்தவன்போல் தடுமாறிக்கொண்டே அந்தத் தெருவிற்குப் போனான். அவள் வீடு இருள் நிறைந்திருந்தது. வாயில் பூட்டிக் கிடந்தது.

## வாழ்வுப் பாதையில்

மறுநாள் காலை.

"என்ன! மூட்டையெல்லாம் கட்டுகிறாய்?" என்று கேட்டார் முதலியார்.

"ரங்கூனுக்குப் போகிறேன்."

"ஏன்? கலியாணம் –"

"இல்லை"

"ஏன்?"

"இன்னொரு ஜன்மத்தில்!"

"அப்படியென்றால்?"

"அப்படித்தான் – என்னைத் தொந்தரவு செய்யாதீர்கள்!"

"அவள் என்ன சொன்னாள்?"

"ஒன்றும் சொல்லவில்லை. எல்லாவற்றையும் துறந்து விட்டு, சென்னைக்குப் போய்விட்டாள் பள்ளிக்கூடத்தில் சேர."

"ஆ! ஆ!"

"ஆமாம்! திருப்திதானே! அவளுக்கு இந்த ஜன்மத்தில் என்னை அடையமுடியாது! அவளையும் நான் அடைய முடியாது! அடுத்த ஜன்மத்தில் நாங்கள் வேறு யார் வயிற்றிலாவது பிறக்கவேண்டும்!"

அவர் இடிந்துபோய் ஸ்தம்பம்போல் நின்றார்.

"ராத்திரி எட்டுமணிக்குப் போட்மெயிலில் போய் நாளையே கப்பலில் போகிறேன்."

அவர் ஒன்றுக்கும் பதில் பேசவில்லை.

## ஆடு

ராமையருக்கு ஆத்திரம் ஆத்திரமாக வந்தது.

"ஏய்! உன்னை உடனேயே வேலிபோடச் சொன்னேனா இல்லையா?" என்று வேலைக்காரனைப் பார்த்துக் கத்தினார்.

அவன் வியர்க்க வியர்க்க நடுங்கிக்கொண்டிருந்தான்.

"மறந்தே போயிட்டேனுங்க"

"சம்பளம் கொடுக்க மறந்துபோயிட்டா, சும்மா விடுவியா? சீ! தொலை! நீயும் உன் வேலையும்!"

குனிந்த தலை நிமிராமல் அவன் துரும்பைக் கிள்ளிக் கொண்டு நின்றான்.

"போடா, உதவாக்கரை!"

இரண்டு மாங்கன்றுகளும் பட்டமரம் மாதிரி பசும் தளிரை இழந்துவிட்டுக் குச்சிகுச்சியாக நின்றுகொண்டிருந்தன, அந்த இலைகளைத் தின்ற இரண்டு ஆடுகளும் "மே! மே!" என்று அசட்டுத்தனமாகக் கத்திக் கொண்டு, ஒன்றோடொன்று எம்பி எம்பி முட்டிக்கொண்டிருந்தன.